AF837151

Safari ya Matumaini

John W. Wanyonyi

MKUKI NA NYOTA
DAR – ES – SALAAM

KIMECHAPISHWA NA:
Mkuki na Nyota Publishers Ltd
P. O. Box 4246
Dar es Salaam, Tanzania
www.mkukinanyota.com

ISBN 978-9987-08-180-6

Tembelea tovuti yetu www.mkukinanyota.com, kujua zaidi kuhusu vitabu vyetu na jinsi ya kuvipata. Vilevile, utaweza kusoma habari na mahojiano ya waandishi pamoja na taarifa za matukio yote yanayohusu vitabu kwa ujumla. Unaweza pia kujiunga na jarida pepe letu ili uwe wa kwanza kupata taarifa za matoleo mapya zitakazotumwa moja kwa moja kwenye sanduku la barua pepe yako.

Vitabu vya Mkuki na Nyota vinasambazwa nje ya Afrika na African Books Collective. www.africanbookscollective.com

Yaliyomo

Tabaruku

Kwa walimu wangu wa Kiswahili Bw. Philip Kirwa (Shule ya Msingi Kwenet), Bw. Hezron Omukubi, Bw. Stephen Musamali (mhariri NMG – Nation Media Group, Kenya) na mkuu wangu D. K. Sanga pamoja na wandani wa lugha ya Kiswahili.

Wenzangu Godfrey Aluda Kisame, Hosea Lelei Lemiso na hayati Hilary Imbayi Libala tulioshirikiana kwa dhati kukuza Kiswahili.

Sina budi kwani pasipo na budi hubidi kutabaruku na aliyekuwa muhibu wangu Edith Nyambura wa Hurumaa Eldoret, Margaret Wangeci na Veronika Njeri Kimiri. Pamoja nao, natabaruku na kakangu Joseph Mulusa Ahuja almaarufu *Computer Man* wa Moi's Bridge, Kenya; aliyejibidiisha kwa kila nafasi tukizi aliyoipata kila wakati kuuchapisha mswada huu.

Fauka ya hayo, nafurahi pamoja na ayali yangu iliyojikusuru kuhakikisha kuwa nina taaluma ya kutosha katika kizazi hiki.

Sura ya 1

Faida alisimama kwenye veranda huku akiwaza na kuwazua juu ya hatima ya aila yao. Aliomba na kuamini Mola kuwa Mzee Sheha asingeabiri matwana kwenda mautini. Alifahamu kuwa baba yake Mzee Sheha alikuwa angali lau na siha moja ama mbili hivi za kuishi leo ama kesho. Hakutazamia chochote kibaya ila imani ya mema na mazuri maishani.

Alitazama nyuma kweusi tititi japo huenda kulikuwa na nuru gizani, nako mbele kulikuwa kumevaa joho jeusi ingawa utusiutusi uliashiria unyevu wa matumaini. Hakuona pa kukimbilia ila kumtumainia Rabana kwa matarajio mema. Pembeni alimwona mama yake Bi. Maria amejipweteka kochini. Alimhurumia! Alimhurumia namna ambavyo masaibu yalikuwa yamemkumba. Matone ya machozi yalianza kutoneka tone tone kama mvua kutoka katika anga angavu. Bi. Maria alikaa pale akiwaza juu ya aushi ya mumewe. Machozi yalimchirizika chiriri njia mbilimbili! Aliwaza jinsi walivyokuwa wakiishi kwa upendo na utangamano. Lakini kumbe liandikwalo ndilo liwalo.

Buda yule alikuwa akiugua maradhi ya ini. Maradhi haya yalikuwa yamemla kama mchwa walavyo miti. Alibaki gofu la mtu. Alikonda na kukondeana.

Pamoja na ukongwe wake uliomzidi, alikuwa amebaki hana hanani; si hayati si mamati. Alithakilika kweli. Ujana na siha viliota mbawa na kujitanibu naye kama ardhi na mbingu. Alikuwa na matumaini kuwa siku moja angebadilika na kudhihirisha kuwa mui huwa mwema. Aliendelea kusubiri leo na kesho! Almuradi alikuwa na matumaini na maisha yake na wanawe.

Bi. Maria aliwaza juu ya nasaha alizokuwa akimpa mume wake, lakini wapi? Kila kukicha Mzee Sheha alikuwa akipiga maji na kulewa chopi. Masikio aliyatia nta na pamba sawia. Hakusikia la mwadhini, mteka maji msikitini wala nasaha za mke wake kwenye chumba cha kulala. Alijitanua mno. Sasa ulikuwa wakati wake; naam, wakati wake wa kujuta. Ilikuwa hali dhahiri ya majuto ni mjukuu, huja baadaye; baada ya matokeo na kinyume na matarajio. Walumbi waliamba eti yakimwagika hayazoleki!

Faida aliondoka. Alikimbia kumtazama baba yake kule chumbani kisha akaondoka kwenda skulini. Alifahamu fika kuwa matumaini yake yalikuwa katika kurasa za vitabu na mateke aliyoyatumia kupiga umande kila kukicha. Alifaa kuuma meno na kujizatiti katika kulisha macho kila weupe wa ukurasa. Hatima ya yote ikawa ni ufanisi wa maisha.

Bi. Maria alibaki pale pale. Alishindwa ni jinsi gani maradhi yalimvamia mume wake kama nzige kwenye migunda ya mipunga. Mawazo yake yalikatizwa ghafla na shoga yake Bi. Maria; Bi. Mausia. Bi. Mausia alikuwa akija mara kwa mara kumjulia hali na kumliwaza shogake.

Walipendana kweli. Walipendana kama chanda na pete. Walikuwa pamoja daima kama kupe na mkia wa ng'ombe. Walishirikiana na kuwa pamoja kila mara kama ulimi na mate aula uta na upote. Bi. Mausia alikuwa mwenye moyo safi, moyo mweupe na wa huruma, moyo wa ushirikiano mwingi, fadhili na hisani. Asingemuudhi hata nzi seuze binadamu? Alishirikiana na binadamu wenzake, akiwapa muawana kila palipohitajika. Kwa upande mwingine alikutana na mume kufu yake, waliingiana. Waliingiana kama *gears* za mashine, waambavyo wahandisi. Kila mara walionyesha hulka na mienendo sawa, ungedhani ni wazao wa aila moja kumbe ni mtu na mkewe.

Wazee hao walipiga gumzo pamoja. Walijadiliana juu ya kuishi maisha aula hususan jinsi ambavyo Bi. Mausia alikuwa kizuka. Si walisema eti mla nyama ndiye anayefahamu utamu wake? Si mvaa viatu ndiye anayejua vibaniapo? Si mwogeleaji ndiye anayefahamu msisimo wa maji kidimbwini?

Walipoingia chumbani kumtazama Mzee Sheha, walipigwa na bumbuazi. Pumzi zilikuwa zimejitenga na mzee kama ardhi na mbingu. Walipiga nyange majirani wakajitokeza. Mmoja wa majirani alijikuna alipojipata, kwa hisani zake za dhati alitoa gari lake wakampeleka hospitalini. Naam, hospitalini japo pumzi za uhai zilikuwa mbali naye kama giza na nuru.

Faida na Kisito waliitwa kutoka shuleni wakaja. Walipofika kiamboni, ua wa nyumbani kwao ulikuwa ukitawaliwa na utwea. Chumbani namo mliwakebehi na kuwauliza, 'hata kama baba yenu ni mgonjwa, hamwezi kunifagia?' Walitaabika! Wakashindwa cha kufanya ijapo walijua kuwa lipo tumaini.

Faida aliwasili na kutua mkoba wa vitini vyake. Naam, shanta aliyoipenda kama titi la mamaye. Alivua sare zake. Alivalia rinda lake jeupe lililoashiria amani aushini. Alikimbia hadi kwenye stani. Alisubiri muda kiduchu ubishe. Baadaye, daladala ilitokeza kisha akaipungia mkono. Dereva alisimamisha matwana Faida akajipatia nafasi. Daladala ilikuwa tupu tupu! Dereva alishtuashtua gari kwa mtindo wa kutumainisha abiria wawili watatu waliokuwa ndani. Faida alikuwa na matumaini. Haja yake kuu ilikuwa kufika alikokuwa baba yake na mama yake.

Baada ya muda katiti, gari liliondoka. Gari liliserereka kwa mwendo wa konokono kisha likachapuka kwa mwendo wa kasi kama umeme. Abiria walimwamini mshika usukani na kujitumainisha katika mwendo na hatima yao.

Daladala haikuchukua muda ikawa imewasili katika stani ya Faida kutua. Faida alishuka wanguwangu na kuelekea hospitalini. Hospitalini alikokuwa amelazwa babaye.

Alipofika langoni, alikaribishwa. Akaingia. Aliingia hadi wadini alikokuwa babaye na mamaye. Alimkuta mama yake na Bi. Mausia jirani yao wameketi sako kwa bako na baba yake. Alihuzunika na kumtazama Bi. Mausia kwa jicho la dharau. Naam, jicho la dharau hasa! Kawaida, hawakuwa na mkabala mzuri.

Mzee Sheha alikuwa mahututi. Alikuwa si wa maji si wa chakula. Ndipo mwanzo pumzi zilikuwa zimerejea nusu nusu kama nyama za mbuzi. Faida alicheka kwa uchungu na maumivu. Hakuyaamini macho yake kwa hali aliyokuwamo babaye. Blauzi yake iliroa machozi rovu rovu kama ambaye alinyeshewa kwa mvua ya masika

Bi. Mausia aliendelea kumpa Bi. Maria wasia. Alikuwa mfaruku ambaye alishiriki katika taabu na shida kama hizo. Alikuwa amewahi kuvalia viatu husika; alikumbuka huo kuwa mwaka mmoja tu baada ya kifo cha mume wake. Aliishi kwa kujiamini na kujitumainisha katika kutenda mema.

"Maria usijali, shida na matatizo ni kawaida kama kaida za waja. Katika aushi kuna wakati wa kila kitu; kuna kushiriki katika uchungu na pia kuna kushiriki katika furaha. Kuna wakati wa kupanda na kuna wakati wa kuvuna. Mbegu hupandwa, ukaja wakati wa kuota na kuchipuza, ukafuata wakati wa kupalilia, ukafuata wakati wa…! Hayo ni maisha ya mahuluku. Hizo ni raha na karaha za kuishi. Insi huishi nako kuishi ndiko kuisha. Hata mimea huwa na machipuko na mapukutiko. Naam, kila kitu ni mabadiliko! Mabadiliko! Mabadiliko! Mabadiliko, yawe ya shida au raha, almuradi yote ni mabadiliko!" Bi. Mausia alikuli.

Bi. Maria na Bi. Mausia walifumkana. Waliondoka hospitalini kuelekea nyumbani. Walimwachia Faida jukumu la kumliwaza baba yake, wakifahamu fika kuwa hali yake ingeboreka mno.

Kule kiamboni, mama Faida hakuwa na faida kwa mwanawe Kisito. Kila mara alimshurutisha kwenda kumuona baba yake. Lakini Kisito alikuwa mzito wa huruma kwa baba yake. Hakujali wala hakubali. Aliona kuwa mama yake alikuwa akimsumbua. Alikuwa akimsukuma kutenda jambo ambalo haikuwa hiari yake kulitenda. Kawaida alifahamu kuwa hiari huwa ya mtu binafsi. Akiamua kusuka husuka, naye akiamua kunyoa hunyoa. Kisito alikaa kitwea na kukariri aushi ya starehe na anasa. Aliona kuwa huenda hii ndiyo aushi ya pekee ya kumnufaisha. Alitumia mihadarati iliyomtatiza akili. Ilimzamisha katika ulimwengu wa kinaya na dunia ya mazigazi. Kweli, alikuwa gogo. Nalo gogo la mbuyu si gogo la mvule.

Kisito alikumbana na madhila na balaa kila kukicha. Kwake haikumpiga mshipa. Alivuta mkia kule shuleni. Hakujua moja ukiunga moja huwa mbili. Hakujua kuwa moja ukizidisha na nambari yoyote husalia kuwa nambari yenyewe. Alifaa kuitwa, si mkia wa mbuzi si bozibozi si mbumbumbu si juha si jura si zuge; yote haya yalimfaa katika hazina yake tukizi ya akili.

Siku hiyo saa thinashara machweo, Mzee Sheha aliwasili nyumbani pamoja na mwanawe Faida. Alikuwa amepata ahueni. Alikuwa mcheshi na mbaraza. Siku hiyo, hakuhitaji muawana wowote ili atembee. Aliingia kwenye chumba chake pekee pasi kusaidiwa na yeyote. Alifanya shughuli nyinginezo. Alianza kukikarabati kibanda chake alichokuwa akikipenda daima.

Usiku wa kufuatia siku ile, walipiga gumzo wakiwa aila yenye utangamano. Wazazi na wana wao wawili. Familia ya umoja na ushirika wa pekee.

"Maisha ni magumu kama kifuu cha nazi. Yana mawimbi mazito mithili ya kabobo, sisi tumekuwa vizee." Mzee Sheha alianza huku akimgusa mkewe mabegani. "Muhimu hapa ni kuwapokeza wana wetu maadili. Kuwafunza uwajibikaji. Kuwafunza namna ya kuishi vyema maishani. Dunia ni rangi rangile. Mja anapoiegemea humbwaga. Mimi binafsi nina wasiwasi! Wasiwasi wangu ni kuhusu jinsi wana wetu watakavyoishi katika kizazi hiki na vizazi vijavyo. Tumekuwa na vizazi vingi. Hata sasa tuna kizazi eti cha *dotcom*! Kizazi hiki kina mambo mengi ya kuhadaa na kuathiri maisha, hususan magonjwa kama ukimwi, msongo wa mawazo na akili, msukumo wa damu na hata mapenzi." Alisita na kupiga chafya.

"Maria mke wangu, wana wetu wamo hatarini; haswa haswa Kisito, mzito wa mawazo na akili. Namhurumia Kisito! Namhurumia sana! Namhurumia mwanangu! Namhurumia sana! Namhurumia..."

"Baba, mimi ni mzito vipi?" Aliuliza Kisito.

"Nimesema kimawazo na kiakili. Huenda hata hulka zako. Tafadhali wanangu, mshirikiane na mama yenu katika kila shughuli. Someni mpatapo nafasi. Someni! Mke wangu," akimwashiria mkewe, "wape wanetu mausia na nasaha kila kukicha na kukichwa, almuradi tungali hai. Washauri uzuri wa kuwa wema maishani na wema wa uzuri aushini. Na..."

"Mimi nina wasiwasi pia!" Bi. Maria alimkata kalima. "Kichwa kikitoka, kiwiliwili huwa hakina malengo. Hakina mwongozo wala mwelekeo! Bali nitajizatiti kwa kadri tulivyoishi pamoja na hekima ulioniridhisha, kuwapa wanetu nasaha kulihali. Nina imani kuwa tukizidi kuwa pamoja kwa jinsi ulivyopata siha, tutawaelimisha ili wawe bora maishani." Bi. Maria alihitimisha.

Waliendelea kuzungumza juu ya ubora na uzuri wa kuwa pamoja wakiwa mke na mume. Ushirikiano wa familia na mapenzi kwa wana hutoka kwa wazazi wote wawili. Ndiyo maana familia thabiti haiundwi na mtu mmoja awe mke au mume. Mungu Muumbi katika uumbi na uumbaji wake aliumba mtu mke na mume ili wawe pamoja kwa ubora wa maisha yao. Si hata viumbe vingine viliumbwa vivyo hivyo?

Faida na Kisito waliondoka kwenda kulala. Walikuwa wamechoka tiki! Walikuwa wamenyong'onyea kama wagonjwa. Wazazi wao hawakuteta wala kuuliza lolote. Walifahamu kuwa walikuwa wamewalimatisha mno. Waliamini kuwa ubwabwa wa mwana siku zote huwa mtamu. Mzee Sheha alienda miayo, akaondoka na kwenda kulala.

Bi. Maria alibaki pale pale. Akajikusanya vizuri kwenye kibago na kuketi. Wakati huo, kulikuwa kumepambazukia mawazo na fikira zake.

Mawazo yalitiririka tiriri katika enzi za ujana wake. Alikumbuka jinsi alivyokuwa kijana chipukizi. Watu waliamini kuwa, si rahisi mahuluku yeyote kumuoa muhibu wake wa ujanani. Lakini haya yalikuwa yametokea kwa Maria na Sheha. Jinsi aila zao zilivyokuwa majirani tangia utoto wao. Walipendana, wakachumbiana na kucheza michezo ya kitoto pamoja; hatimaye wakatia mkataba wa ndoa na maisha pamoja. Kuchumbiana kuligeuka kukawa kuoa!

Aliikumbuka siku moja wakati wa Krismasi. Wakati huo, walikuwa wakipanga kuihudhuria densi ya vijana wenzao katika kitongoji cha pili. Waliita *Youths' Night.* Wazazi wa Bi. Maria walikuwa chui kasoro mikia. Ilimbidi Bi. Maria atumie ujanja wa nyani ili aihudhurie densi hiyo. Kwa mapenzi yake ya dhati kwa Mzee Sheha, alirukia dirishani pasi kujali wala kubali athari zake. Bahati mbaya, msumari uliokuwapo dirishani uliirarua nguo yake aliyoihusudu mno. Pamoja na hayo, ulimpa kovu lililomkumbusha na kumfikirisha penzi lake la dhati kwake Sheha kila mara. Alimpenda lau pumzi zake za uhai. Mtu angalimshauri tena kuolewa, angaliolewa kwa yule yule mumewe. Si kama jinsi ilivyo sasa ambapo mambo yanafanyika kinyume; walio ndani ya ndoa hutamani kutoka na walio nje hutamani kuingia.

Alipotazama saa, saa ilimhurumia. Saa ilimsikitikia! Ilimshauri kwa uso wa huzuni na jitimai kuwa aende akalale. Aliinuka hima hima na kwenda kulala huku akiwa na imani ya moyoni kwa mumewe na familia yake. Ilikuwa ni namna mkulima apandavyo mbegu na kusubiri mavuno hatimaye. Akili na imani ya matumaini vilivyojengeka kwenye kilindi cha moyo wa ubinadamu wa mama Maria.

Asubuhi kwa Mzee Sheha kulipambazukia taabu, shida, balaa na madhila. Kila kitu na kiumbe cha Muumba kilikuwa kimekasirika. Jua lilikuwa limevaa hamaki. Nyumba zilikuwa zimejivika huzuni na majonzi. Miti ilikuwa ikipiga mbinja ishara ya mbiu ya mgambo. Mawingu yalitoa machozi kwa hasira. Mzee yule alikuwa amelemewa na kuzidiwa mno. Alipiga kite kitandani lau mwana mkembe. Ungalimuona ungalimhurumia. Nazo huruma zingekuwa uhai, basi angeishi mpaka leo. Kila mja alienda kumtazama. Alimhurumia. Alimsikitikia. Kwa Mzee Sheha kukajaa na kufurika watu furifuri, wazee kwa vijana, wake kwa waume, wasichana kwa wavulana. Alikuwa hoi bin taabani.

Walimtazama akipiga kite kitandani, wakalia kwa huzuni, masikitiko na vilio huku machozi yakiwatiririka watu tiriri kama maji milimani.

Mzee Sheha aligaragara kwa uchungu huku akilia kwa maumivu. Uso wa mume ulikuwa ni pululu lisiloruhusu mvua ya machozi vivi hivi. Alimenyana na mauti. Akalia. Machozi yalimtoka. Vilikuwa vita visivyo na msaada. Vita havina macho eti! Lau mtu angejikusuru kutoa msaada, basi ungekuwa msaada wa kumtazama na kumsikitikia aliyekuwa akipambana. Kwa nini wao walimsikitikia huku mwenyewe akiwaahidi mema?

Mawazo yalianza kufurika katika akili za Maria, "Nakupenda mpenzi. Tangu nilipokuona mchanga pale Natwana, penzi lako lilibubujika na kuufungua moyo wangu. Sikuwa na dhamira ya kuoa hata siku moja. Bali ulinizindua kimapenzi. Uliuzindua moyo wangu. Niliona uzuri wa kuwa na mke wa kushirikiana naye. Si mke tu bali wewe Maria. Nikupende nawe unipende. Tupendane. Nikuenzi nawe unienzi. Tuenziane na kusafiana nia! Hadi kifo kitutenganishe. Aula tuishi katika kaburi moja!!"

Ghafla, mawazo ya Bi. Maria yalikatizwa. Sauti nyororo kama kinanda ilitaanisi masikioni pake. Aligutuka. Alipotazama alimuona mumewe akimwekea mkono begani. Alishika tama na kulia kwa kite.

"Mke wangu acha kulia, siendi popote. Nipo hapa. Mji ni salama! Hakuna maradhi! Hakuna ukongwe. Hakuna jamii. Nafurahi! Sote ni nasaba moja. Jambo linalonipendeza ni kwamba, hakuna kuoa tena. Tayari nina wewe mke wangu. Tukumbatiane na twende zetu pamoja. Ningali nakupenda na nakuhitaji. Nahitaji nyonda zako na bembelezi zako. Lakini ndivyo hivyo tena! Muumba huumba akarudi kuumbua, naye asiyeweza kuumba na kuumbua hawezi. Aliniumba naye akakuumba wewe. Nashukuru! Niitie wanangu niwape uradhi wa tunu kesho hii tukiwa hoi watufae," Mzee Sheha alitulia kwa kitambo.

Faida aliingia chumbani. Aliketi karibu na baba yake. Alikuwa amevaa joho la huzuni katika uso wake. Hakuyaamini macho yake alipomtazama baba yake. Siha yake ilikuwa ikizidi kudhoofika. Uso wake ulikubaliana na macho yake kwa simanzi; licha ya moyo wake kukubaliana na babaye kuwa kesho ipo.

"Mwanangu Faida," alianza Mzee Sheha, "wakati wangu wa kuishi ungalipo. Ninafunga tu katika mandhari ya humu duniani," akasita na kuchemua, "naomba uwe faida kwa mama yako mwanangu. Usiwe na kiburi. Kuwa mwema na mwenye fadhili. Yuko wapi kaka yako Kisito?" Aliuliza.

"Kisito hayuko. Aliondoka macheo. Hakuniambia alikokuwa akienda ila naamini chungu cheusi kitamrejesha," Faida alimjibu.

"Arudipo Kisito," aliendelea Mzee Sheha, "mweleze kuwa baba yake ameondoka, ameenda pale kupumzika. Iwapo atanikuta nikiwa hapa nitampa buriani za salamu zangu. Someni wanangu. Hususan wewe Faida, tia bidii katika elimu uwe mfanisi. Kumbuka kuwa…" alinyamaza ghafla.

"Msaidie," alianza tena baada ya kimya cha takriban dakika saba. Pumzi zilikuwa zikimwenda robo robo kama saa saba kasorobo. Hakuweza kuzungumza kama kawaida.

"Nampenda Fai..i…iii......da…...ni.......n……!!" Alijaribu lakini akashindwa. Akakata roho na kuiaga dunia.

Nyumbani kwa Mzee Sheha kulitawaliwa na kilio na kelele za huzuni. Tanzia yake ilitanda kote angani. Wana walilia! Vijana wakalia! Wazee wakalia! Mawe kwa hasira za kuondokewa na mpenzi wao yakawagonga waja vidole vya miguu yao huku wakikosa kuhisi uchungu. Hapana aliyehimili haya yote ila ikawa ni ustahimilivu tu kwa kila mmoja. Yalikuwa mithili ya shubiri.

Kisito aliporejea alikaribishwa kwa vilio. Wingu lote lilikuwa limejaa vilio, si watoto si vijana si wazee. Wote walihuzunika!

Kisito alipoingia chumbani, aliutazama mwili wa baba yake. Ulikuwa umelala papo hapo ukimhurumia. Maiti alimkejeli na kumnasihi kwa huruma kuwa asiyekuwapo na lake halipo. Alimshauri kuwa katika maisha sharti aume meno ili awe na maisha mema. Hakukata tamaa. Aliuona ukurasa mwingine wa kuishi duniani. Alimtazama marehemu babaye kwa mara nyingine. Akasikitika moyoni. Akajisikitikia mwenyewe. Machozi yalimpita njia mbilimbili. Akalia. Shati lake jeupe lililowa machozi chepe chepe. Hakufahamu pa kuanzia wala kumalizia. Tanzia ya Mzee Sheha iliwapiga pute johari, adimu na thamini insi wote wa kila nui; mahasimu kwa masahibu. Alikuwa adinasi mcheshi, mbaraza na damisi. Asingemuudhi nzi seuze insi?

Mipango ya mazishi ilifanywa. Jamaa pamoja na majirani wake wakajiandaa kumuandisi mpendwa wao. Kweli, hakuwa na doa wala ng'oa na mtu yeyote. Walijishughulisha katika kila sambasamba pale kwa Mzee Sheha. Wakaisaidia aila katika maziko kwa udi na ambari.

Siku ya mazishi, ibada iliongozwa na kanisa la *Saturday Salvation Army* (S.S.A). Wakimsindikiza kipenzi wao hayati Sheha. Naam, mwanamume kipenzi wa watu.

Ilipowadia saa ya kufumkana, vioja na viroja vilitokea katika ua wa hayati Sheha. Mwanamke mmoja alijitokeza na kudinda kuondoka kwa hayati Sheha. Naam, alidinda abadan kataan! Madai yake yalikuwa kwamba Sheha alikuwa kipenzi mumewe. Ithibati ilikuwa hati waliyokuwa wamefungiwa ndoa katika msikiti wa Mitara Mtaani na kisha baadaye kutengana kabla ya Mzee Sheha kuchukua hatua nyingine. Hatua iliyomuingiza katika chuo cha pili; chuo cha mpenziwe Bi. Maria, mpenzi wa chanda na pete. Hayo yalikuwa meno ya ngiri kwake Maria. Wanawe mkemwenza huyo walikuwa wana kindakindaki wa hayati Sheha.

Bi. Maria na mwenziwe walileta mkosi kwenye maskani yao; nyumba ya kizuka, siku chache baada ya uzuka na mkosi wa vizuka. Wote wawili walikubali kuishi pamoja. Waliitwa vizuka wakaridhika! Waliamini kuishi katika ushirika. Naam, ushirika wa kushirikiana kwa umoja wa kutumia mali ya mume wao hayati Mzee Sheha. Waliyatazama maisha ya asali yakiwakodolea macho kwa mbali kwa dhamira ya kuwalaki kwa wema na ubora wa ajabu. Matumaini ya kuishi maisha bora ijapo wengi waliamini kuwa maisha ni mambo yanayoisha. Maisha!! Maisha!! Maisha huboreshwa na anayeyaishi. Maisha hudunishwa na anayeyaishi. Waja wengi huishi wafikiriavyo ila si namna walivyo. Huo ndio udhaifu mkubwa wa wanadamu. Maisha ni uhalisia!

Baada ya mwaka mmoja, walizoeana. Mkemwenza alipandisha mori juu. Akapanda vidato vingine vya ngazi za juu. Hakuingia kwenye kambarau wala lifi. Alipanda hatua kwa hatua. Mwisho akawa kama hewa. Akawa mawingu ya mbinguni kusikofikika na yeyote yule isipokuwa Mola pekee. Alifura na kuvimba kama andazi lililotiwa hamira. Makazi yakawa hayawasitiri wote. Akajaribu kumfurusha Bi. Maria lakini wapi! Wakaanza kupigana na kuchaniana mavazi hadharani. Fahali wawili hawakai katika zizi moja eti!

Mauti ya Mzee Sheha yaliukaribisha ukiwa na upweke hususan kwa Bi. Maria na wanawe. Mji huo uligeuka chaka la simba wasimokaa nguruwe. Simba alikuwa na uwezo. Naam, uwezo hasa! Angurumapo simba mcheza ni nani? Si alikuwa na cheti jamani? Naam, cheti cha ndoa haswa! Nani angempinga ilhali hata serikali ilitambua vyuo vya vyeti halali? Ole wake Bi. Maria!!

Bi. Maria alibadilika kuwa mlalahoi. Akawa akiishi maisha ya kikabwela. Mara nyingi alisaidiwa na Bi. Mausia pamoja na majirani wake kwa hiari japo si kwa msisimo! Majirani wenye mioyo vifuani walimfaa kwa kila walichokiweza. Maria alipagura mahali pale. Alienda pengine akaanzisha biashara ya kuuza mahamri na genderi. Mwenye nguvu mpishe!

Licha ya mapato yake madogo, alihakikisha kuwa angewasomesha wanawe. Elimu ilizidi kuwa ghali. Ilikuwa dhahabu iliyochimbiwa na kuzikwa ardhini pasipofikika na binadamu yeyote awaye yule. Katika baadhi ya kanuni tunu za maisha ni eti kitu chochote kizuri huzikwa ama kufichwa kusikofikika ila kitu chochote duni huwekwa shelabela tu! Macho hushibishwa kwa vitu dhahiri. Vitu vinavyojidhihirisha wazi upeoni ili vivutie watazamaji wavyo! Mapato ya mahamri na genderi yakawa hayatoshi kuikimu aila ya Bi. Maria. Alianzisha biashara ya ugema na ugemaji wa tembo. Alitengeneza, si changaa si busaa, almuradi ajipatie mapato ya kutosha. Ilikuwa ni bora ajikimu kimaisha na wanawe waendelee na masomo yao. Sare zote alihakikisha kuwa zilipachikwa viraka kiwango cha kupoteza launi yake halisi. Ilikuwa bora zisitiri uchi. Mavazi yaligeuka si lumbwi si duma si chui. Hakuwa na uwezo mwingine ila kujitia moyo kuwa watu huishi kwa imani. Faida alikua, akawa mwana wa makeke na machachari mengi. Si ya aushi na kawaida tu bali hata kielimu. Alipenda masomo nayo yakampenda. Hakuwahi kuwa wa mwisho darasani. Alikuwa daima wa kwanza au akizidi nambari mbili. Alipendwa hata skulini naye akapendeka. Jalia alimjalia kweli. Alimjalia hekima, maarifa na busara ya shuleni. Aliipenda elimu kweli!

Kisito alikuwa mzito wa akili. Mara alienda shuleni leo, kesho akadinda na keshokutwa asingejulikana aliko. Aliichukia elimu nayo ikamchukia. Akakumbatia kuvuta mkia daima skulini. Hakubadilisha nia wala azma aushini. Aliamini kuwa mwanamume ni kuuma meno na kuishi kwa nguvuze. Waama hiari ni ya mtu binafsi; huitumia apendavyo.

Bi. Maria alipeleka fulusi zilizopatikana baada ya kuuza tembo kule shuleni. Alikuwa na moyo wanawe wapate elimu. Haswa, hakupenda sana kumsomesha Faida. Alimpenda Kisito kwa moyo na damu yake.

Japo uzuzu wake ulizidi kukithiri, Bi. Maria hakuujali wala hakujali nambari na umaarufu wake Faida. Aliona kuwa yule alikuwa binti asiyemfaa pakubwa ila kuolewa na kwenda kwake. Imani yake kwa Kisito ilizidi. Hakujali wala kubali almuradi alimuona Kisito kuwa mvuli atakayemfaa pakubwa maishani. Mosi ni kuwa, angemuoa binti ambaye angemsaidia daima; nayo huenda misaada ya jua na mvua isingepungua punde angefaulu maishani. Hela nyingi akampa Kisito azilipe shuleni.

"Faida utabaki hapa, leo *customers* wakija uwahudumie. Si vyema tuondoke sote. Acha Kisito aende shuleni, wajua yeye huwa mjinga tu!! Wewe ni *first class learner*, utaelewa mambo haraka tu. Acha mimi niende kuuza mahamri na genderi." Bi Maria alisema mara kwa mara huku akisisitiza alipohitaji Faida abaki nyumbani. Alipanga kazi akiwa mama mzazi kwa wanawe.

"Kwani mama, Kisito aende shuleni nami nibaki nyumbani? Tena pesa huzitumia vibaya, si atatoroka?" Faida alikuwa akilalamika mara kwa mara.

"Wewe baki hapa. Kwani nduguyo apoteze vipi hela? Kwani nduguyo atoroke aende wapi? Si hapa kwao?" Bi. Maria alionekana akiwa mkali kwake Faida.

Faida aliguna tu. Akasalimu amri kubaki kulinda boma lao. Alifahamu kuwa ipo siku angekuwa mahali pazuri zaidi. Kwa upande mwingine, alijua kuwa mamaye alimpa uhuru na kumnyima haki. Wakati ulipozidi kwenda huku Faida akikanywa kwenda skulini, ndipo alipoanza kutamauka kwa maisha ya shuleni. Alifahamu kuwa ulikuwa uhuru wa kufanya kila atakalo ila si kuhusu masomo yake. Uhuru ni uhuru tu japo mara nyingine huangamiza unapotumiwa visivyo!

Kubaki kwake nyumbani mara kwa mara kulizidisha idadi ya wateja wa kiume. Wateja wa kiume waliokuwa na matumaini ya kuishi kwa vileo daima. Idadi ya mapato pia ikawa maradufu. Kisito alizidi kusoma bila madhila, hata idadi ya hela nyingine akaziita *pocket money*. Kiwango cha uhasama kati ya Faida na Bi. Mausia kiliendelea kukomaa. Hususan, jinsi walivyokuwa wakikaangwa kwenye kikaango kimoja na rijali mmoja lodi pale kitongojini. Faida alijiuliza maswali mengi kuhusu yule bibi kwani alikuwa ni mke wa mumewe japo mfaruku na mama wa wana wawili. Lakini haya hayakumuuma hadi kwenye keto za moyo wake, ilimradi alijua kuwa alipendwa kama pumzi za uhai wake.

Wanaume pale harani walikunywa tembo wakalewa chopi. Bila haya wala soni walitabawali kwenye suti zao na wengine kwenye matambara yao. Wengine walishindwa hata kuinuka wakalala chali na kupaza sauti zao ili wake wao wawaauni.

Ni mja gani mwenye kupenda maisha kama hayo? Ni mja gani mwenye kupenda waume katika hali kama hizo? Watu waadhama katika jamii kulewa na kutabawali shelabela kwenye nguo zao kama vikojozi si haya? Mlevi hupenda ulevi! Mlevi akampenda mlevi! Mlevi akaoa mlevi! Mlevi akaolewa na mlevi! Nao waadhama walevi wakajidunisha na kuvuliwa soni machoni pao na kuzidi kujidunisha huku wakidhani kuwa wanajidumisha! Vileo huwapa taswira ya wao wapendavyo kuwa ila si namna walivyo katika uhalisia wao! Nyani haoni kundule, huliona la mwenziwe eti!

Waliitana *customers* kila kukicha na kukichwa. Faida alizidi kufaidika. Akawa anawafaa mamaye na kakaye pakubwa. Aliingiwa na machachari na mikogo. Akauza tembo daima. Juma hili alienda shuleni nalo jingine akabaki kwenye biashara. Kinolewacho hupata!

Siku moja baada ya Faida kuuza tembo, Bi. Maria alimuita Kisito chumbani. Alimkabidhi Kisito hela zote azilipe shuleni siku ya kufuata. Siku hiyo alimkanya Faida kwenda skulini ili kuzidisha faida pale nyumbani.

Kisito alijihimu siku hiyo. Akapata kopo la kanji. Naam, vikombe kadhaa vya uji hasa. Alivalia sare zake pundamilia na kuondoka chapu chapu. Aliishika barabara ya kumwelekeza shuleni. Upande wake, Faida alibaki pale nyumbani. Mamaye aliondoka katika sambasamba zake za kuwatafutia. Walifumkana wakiwa aila katika shughuli za siku ile. Machweo ya ile siku, Kisito hakurudi kiamboni. Walisubiri! Wakasubiri! Wakasubiri! Waliangalia njia! Wakaangalia njia! Wakaangalia njia! Njia iliwacheka kwa vicheko vya kejeli na kebehi. Baada ya vicheko na tabasamu njia iliwahurumia na kuwahuzunikia. Ilimtazama na kumuuliza Bi. Maria kwa kebehi kuwa 'mbona hukumwamini Faida?'

Hapakuwa na dalili yoyote ya kuwapo kwa Kisito mahali popote pale. Waima, jambo usilolijua ni kama usiku wa giza totoro. Kupotea kwake kulijifumbika fumbi fumbi katika fumbo lisilofumbuliwa na yeyote isipokuwa yeye mwenyewe. Aligeuka kitendawili kisichoteguliwa na mteguzi yeyote.

Walisubiri leo, kesho, keshokutwa! Wakasubiri mtondo, mtondogoo, kitondo, kitondogoo, lakini wapi? Bi. Maria alizunguka! Akazunguka! Mwana aliyempenda na kumwenzi hakujulikana aliko. Aliuliza, si skulini si kwa wajomba si kwa halati si kwa mbiomba. Alitangaza kupotea kwa mwanawe katika redio zote; si K.B.C nchini Kenya si redio Dar es salaam nchini Tanzania si redio Kampala nchini Uganda. Kote hakukuwa na habari wala fununu!

Bi. Maria alipodadisi baadaye, alipata kuwa alikuwa ameenda na pesa zote alizokuwa amempa. Jambo hilo lilikuwa pigo kuu kwa Bi. Maria. Akadinda kabisa kumsaidia Faida, si kielimu tu bali hata kwa matakwa ya kimsingi maishani.

Mapenzi gani hayo? Kumpenda mwana wa kiume na kumchukia wa kike? Wote si wana? Awe wa kiume au wa kike? Hebu fikiria raha na karaha za kumtafuta mwana! Hebu fikiria maumivu ya pakanga na zingizi! Msichana huuma uchungu kuliko mvulana? Mvulana huuma akipuliza? Mbona kuwa na chuki na mbaguo? Katika kupiga debe hakuwapo! Huenda angekuwapo angewakataza na asingeishi duniani! Lakini sasa? Alipatikana, awe binti au mvuli!

Kusitisha msaada wa Bi. Maria kwake Faida kulimfanya akumbwe na ukungu wa kujikimu. Naam, kujikimu hasa! Alifanya kila kazi iwe mbovu ama nzuri, almuradi apate mapato ya kuyaendeleza maisha yake. Hakukata tamaa kuishi. Alitafuta mhisani wa kumfaa aushini. Alijifungua akawa jamvi la wageni!

Baada ya muda mrefu, Kisito alirejea nyumbani. Alilakiwa na mamaye kwa mapenzi ya dhati. Alikaribishwa kwa shangwe na furaha za kumhulu. Mapenzi ya mama kwa mwanawe.

Kuja kwa Kisito kuliufungua moyo wa utu na hisani wa Bi. Maria. Akaamua kuwarudisha wanawe shuleni. Wote walienda kwa azma moja na imani ya kufaulu tena. Wakati huo, Faida hakuwa na moyo wa kuendelea na elimu; alijisukumasukuma tu kama gurudumu la pembe tatu! Alienda shuleni iwe yawe, kwa kauli ya hayati babaye. Alikuwa ametamauka. Alikuwa ameonja maisha ya uki wa dunia. Alienda shuleni kwa ari finyu ila alikuwa na matumaini ya kufaulu.

Kisito hakutamauka. Alifahamu kuwa alikuwa angali anapendwa na mamaye. Alipenda kwenda shuleni ili apewe hela kichele za mfukoni. Lakini mambo yalimzidi. Alibaki kuwa mbumbumbu na mkia wa mbuzi.

Mwana mkaidi asiyefaidi mpaka…! Alitendekezwa na kuendekezwa sana na mama yake. Lakini kumbe asiyefunzwa na mamaye hufunzwa na ulimwengu.

Siku ya Ijumaa saa sita mchana hivi, mwalimu mkuu wa shule ya akina Faida aliita gwaride la ghafla. Alikuwa amealika manesi kuja kuwakagua na kuwapima mabanati hapo shuleni. Aliamuru wasichana wote waingie katika darasa moja. Hii ni kwa sababu wanafunzi wengi walikuwa wamehimili mwaka huo. Katika ukaguzi huo, waliambulia Faida na wenzake wawili. Wazazi wao waliitwa shuleni. Wakajadiliana na walimu juu ya hatima ya wana wao. Walimu walikata shauri wazazi waende na wana wao hadi wajifungue. Zaidi ya kutengwa na wenzao, adhabu ziliwasubiri mbeleni pale pale shuleni kabla ya adhabu za duniani. Faida alidinda kurudi shuleni, akashikilia kikiki kukaa nyumbani, hata baada ya kukopoa. Kwa uamuzi wake, Bi. Maria alimfurusha nyumbani. Akamkaririia kuwa aende afungue chuo chake na zaidi ya yote ajitegemee maishani.

Faida alikimbia kwao nyumbani. Alitoka akatoroka. Hakutaka ubishi na mamaye wala wengine wa aila yake. Alienda kwa marafiki wake. Walistakimu sokoni Kwenet kwenye chumba kimoja cha kukodi katika *Stonic Mall*. Walikuwa wangali wanafunzi wa shule ya upili ya kutwa ya St. Peter's Natwana; huku Faida akipigwa teke na elimu ya shule ya msingi. Walirauka kila uchao kwenda shuleni huku Faida akidamka kwenda upalizi katika migunda ya makabaila waliokuwa wakistakimu karibu na kitongoji hicho, ng'ambo ya Mto Majimazuri. Alipata pato dogo alilojisaidia kwalo. Kazi hiyo ilikuwa ya kijingu jiko, isiyomfaa mtu kwa vyovyote.

Baada ya siku chache, Faida alikodi chumba chake na kuasisi taaluma aliyokuwa amefundishwa na nina yake. Alitengeneza na kuuza vileo vya kila nui. Alifahamu kuwa hii ni biashara ya pekee iliyokuwa na hela nzuri. Alichanganya kemikali zake katika *chemistry* ya nyumbani, alivyoita na kuifahamu akaunda mvinyo. Akachanganya kemikali kwa tindikali akapata tindichungu. Hapo ndipo alipopata uhuru zaidi, kwani alikuwa peke yake. Pesa zote alizitumia katika matilaba yake mwenyewe. Maisha yakawa shwari bila shari. Alikuwa na matumaini tele ya kuishi vyema.

Juma moja baada ya kujitegemea katika biashara na maisha yake, Faida alilemewa mno. Aliumwa mno! Alikuwa muwele. Zingizi zilimla na kumzidi. Baridi ilimsisimu na vimbimbi vikamtoka. Aliumwa mno! Alilia na kutokwa machozi kupu kupu kama ngamia. Majirani walimfaa wakampeleka *Moi's Bidge Mission Maternity Hospital.* Alilazwa. Walikuwa na matumaini kuwa siku zake zilikuwa zimefika ijapo hakufahamu mwenyewe. Ilikuwa dhahiri kuwa alikuwa akienda kupata malaika. Naam, malaika alipatikana!

Nilikopolewa Desemba 12, 1986. Wakati huu, sherehe za Jamhuri zilikuwa zimeshika hatamu na kupamba moto. Taifa lilikumbuka uhuru wake na kuadhimisha ubora wa kuwa huru. Ubora wa matumaini mapya na mseto wa mambo mazuri ambayo kila mmoja alikuwa nayo. Taifa lilikuwa huru na jipya katika matumaini mapya. Maisha ya mamangu Faida yalikuwa yameuchukua mkondo mpya. Mitazamo yake aushini ilikuwa kuishi pekee katika nyumba ya kupangisha sokoni Kwenet. Si kupenda kwake, bali kwa msisimo wa mama yake Bi. Maria. Kwao na kwake hakukuwa mbali. Kulikuwa ni pua na mdomo. Hakusaidiwa na yeyote kutoka katika aila yake, lakini alifaiwa pakubwa na wenzake hususan majirani wake. Kwao walikuwa wamekata uhusiano naye. Hawakutaka kujua hata alikokuwa. Alijikusuru katika kuyaboresha maisha yake na kinda wake. Hasa matumaini yake yalikuwa makubwa baada ya kujifungua salama wa salmini. Aliona ufanisi wake ukiwa ndani ya mboni za macho yangu. Naam, upendo na matumaini belele!

Mamangu alizidi kutenda mema na hisani. Alipofanikiwa pakubwa, alienda kwao mara mbili tatu hivi kuwatembelea watu wa kwao. Alijua kuwa muungwana ni vitendo. Hakuwa tayari kudhihirisha uungwana wa maneno. Hapakuwa na haja ya yeye kulipiza dhidi ya maovu. Huenda ujio wangu ulikuwa umejenga mustakabali mpya maishani mwake. Safari katika njia iliyopindapinda na gurufa nyingi zisizo kikomo. Matumaini mapya kila kukicha! Naam, uhusiano mpya uliojengeka katika misingi thabiti ya kuja kwangu duniani hasa! Matumaini bora katika maisha ya aila ya mamangu Faida na bibi yangu Bi. Maria. Kila mmoja alitazamia mema!

Sura ya 2

Nilipokopolewa, ninangu alinipakaza jina Mfanisi. Huenda jina hilo liliashiria maisha yangu ya baadaye. Alijikusuru kunipeleka katika shule ya chekechea Natwana. Wakati huo, nilikuwa kikojozi. Wenzangu kijijini waliyajua hayo. Yalikuwa wazi mithili ya hotuba ya Rais wakati wa siku kuu ya Jamhuri. Mara nyingi waliniita kikojozi. Wakati mwingine waliniita mwanasesere wa mama. Katika Kiswahili changu haba, neno kikojozi lilinipa maana, sikuudhika wala kuhamaki. Maana nilikuwa kikojozi. Ulikuwa ukweli halisi halisawa! Neno mwanasesere wa mama lilinigonga masikio. Hasa mwanasesere sikulielewa kimaana kutokana na matumizi yao. Halikunipa maana kwani nilifahamu kuwa mwanasesere alikuwa ama mwanaabudu ama doli.

Katika shule ya malezi ndiko tulikojifunza abjadi. Tulijifunza vokali na konsonati. Tulizishika na kugandia kama gundi. Katika uraibu wangu, nilipenda kuchora chini na kuyakariri mashairi ya chekechea. Kawaida kalamu yangu ilikuwa kijiti cha ncha kali.

Nilihitimu na kujiunga na shule ya msingi Natwana. Katika darasa la mosi, ndiko nilikoelewa zaidi vokali na konsonati.

Kwa kuwa na kitalifa kirefu baina ya kiambo chetu na shule ya msingi Natwana, mamangu aliamua nijiunge na shule jirani Kwenet. Niligura Natwana nikaenda kusimika msingi wangu wa taaluma shuleni Kwenet.

Katika shule hiyo, niliinukia kuwa kipenzi cha wengi. Wote walimu kwa wanafunzi, wavulana kwa wasichana. Sikuwa mbumbumbu. Niliunga konsonati na vokali nikapata majina kama vile vivumishi, vitenzi na hata vielezi. Si mama si baba si mrefu si chera si polepole yote niliyarasimu. Nilikuwa shupavu wa kutajika kielimu. Waliojua kimombo wakaniita *first class learner*. Sikuridhika. Nilifahamu kuwa walikuwa wakinivisha joho lililonipwaya si makamo yangu kulivaa.

Kule shuleni, miongoni mwa wale walionihusudu mno, alikuwemo Bahati. Alipenda kuketi karibu nami. Darasani tulikaa kwenye dawati moja. Wakati wa mapumziko, alipumzika nami. Alinisakama kama kibanzi cha ukuni. Akanikinai. Mtu yeyote aliyemuuliza Bahati, aliambiwa anitafute niliko. Nami nilipoulizwa, walielekezwa kwa Bahati. Siku moja tukiwa katika darasa la sita, Bahati alikuja huku akiwa na bashasha belele.

"Mfanisi *congratulations!*" Alitamka. Sikuelewa kwa nini alikuwa akiniambia hivyo. Aliendelea na usemi wake wa shukrani na kongole sufufu.

"Nina hakika *you are one of the best!* Nimekaa nawe kwa muda lakini hujawahi niambia!" Aliendelea kuloloma.

Wakati huo wote nilikuwa sijafahamu ambalo Bahati alikuwa akizungumzia. Naukumbuka wakati huo, ndipo mwanzo nilikuwa nimeanza kutunga mashairi. Kipawa hiki adimu, azizi na tukizi kilikuwa kimechipuza ndani ya aushi yangu.

"Unazungumzia nini Bahati?" Nilimuuliza bila kusita.

"Acha kujifanya! *You always pretend!*" Alidakia kimzaha.

"Ninakuuliza unazungumzia nini?" Nilisisitiza.

"Unajua mwenyewe," aliniarifu.

"Unanipa ujapongo wa mambo na kuniachia taharuki. Pasua mbarika na ......"

"*What do you mean?* Sielewi hicho Kiswahili!" Alinikatiza.

"Unazunguka au unazungumza?" Nilimuuliza.

"Nimesimama! Ndipo nazungumza. Lakini uja......po.....a.....*what?* Mbarika ndio nini?" Alisaili kwa mazingatio.

Unanipa shukrani, nimetenda nini kizuri ama kibovu? Hilo ndilo suala kuu hapa. Mtu hupewa shukrani baada ya kutenda mema," nilitoa kauli yangu.

"Kumbe wewe ni *poet?*" aliuliza.

"Nani?" nilimaka.

"Wewe!" alidakia.

"Eti mimi ni malenga!" nilimtania.

"Hivyo! Wanavyoita Waswahili!" alikuli.

"Wewe ni msahaulifu. Hujui lugha yako ya asili? Haya turejee kwa chilumbo yetu, mimi ni malenga vipi?" Niliuliza kwa kutojua.

"Nilikuona kwa *magazine!*" alilonga.

"Eti magazini? Nikifanya nini?" nilishtuka.

"Basi *newspape*r! Taifa Jumapili! Nilishangaa sana. Sikuamini kuwa ni wewe. Nilipoona picha yako, bado sikuamini macho yangu. Hadi niliposoma *biogragphy* yako *then* nikaamini!" Bahati aliniarifu.

Wakati huu wote, wanafunzi wenzetu walikuwa uwanjani. Nami nilikuwa nimesalia darasani kufanya kazi za ziada za Hisabati na Kiingereza.

"Watu hufanana Bahati! Kwa sura na majina pia. Si mimi pekee naitwa hivi," nilimfahamisha.

"*Yes,* wao hufanana tabia, sura hata majina *but* si kwa *biography*!" Alinena kwa kukanusha.

Nilipomzidi, Bahati alipiga mfukoni na kutoa gazeti la Taifa Jumapili. Alifungua ukurasa wa mashairi. Aliponipa nisome, nilitazama ile pasipoti yangu na kusalimu amri. Kichwa kilikuwa: MALENGA WETU; kisha chini yake wakachapisha haya: JUNGU KUU AJITAHIDI KUFUATA NYAYO ZA MWALIMU WAKE. Kweli nilikuwa nimejipakaza jina la kishairi 'Jungu Kuu!' Hii ni kutokana na methali yangu ya kwanza kupenda kuitumia ya 'Jungu Kuu halikosi ukoko! Yakini, sikukosa ukoko wa kuthamini, kusarifu na kukisharifu Kiswahili kuwa lugha aula.

Bahati alisoma gazeti kwa jumla. Kisha akaanza kukariri shairi lenyewe kwa mahadhi mbalimbali. Nilishangaa na kujiuliza kwa nini binti yule alishindwa mara kwa mara kuzungumza Kiswahili sanifu, lugha yao rahisi. Si kama lugha nyingine za kuvuka barabara, mito, maziwa na bahari ili zinunuliwe. Nilipendezwa naye, nikatamani kumfunza Kiswahili zaidi.

Siku ile, mwalimu mkuu Bi. Sirma aliita gwaride la ghafla. Wanafunzi wote walijumuika. Walimu wote wakajumuika.

Wanafunzi waliulizana maswali huku wakikosa kabisa kujua gwaride lile lilikuwa la nini?

Bi. Sirma alizungumza kwa kina kuhusu lugha ya Kiswahili japo alikuwa mpenzi wa King'eng'e. Alizungumzia ubora wa kukijua Kiswahili na kisha akanitaja kuwa ulamaa wa lugha hiyo katika shule yetu na siku zijazo. Aliniita mbele ya gwaride pamoja na Bahati. Nilitetemeka kama majani ya mgomba. Jasho jembamba likanitiririka tiriri.

Baada ya kuendelea kwa muda mfupi, alimsihi Bahati alisome gazeti hilo na kisha alikariri shairi. Baada ya maelezo ya tawasifu yangu, alikariri shairi. Lilikuwa likisema hivi;

Aise wateka maji, nakupeni hi hadhari,
Msije mkanichaji, mie kuwa haiyari,
Vitongoji hadi jiji, vichupa vinaathiri,
Maji yalo vichupani, vidudu wameingia.

Vichupa ninavienzi, umbilo vinavutia,
Yakini vina mhunzi, vizibo hakuzibia,
Wateka maji siwenzi, tayari vimezagaa,
Maji yalo vichupani, vidudu wameingia!

Ving'aavyo... si dhahabu, waigizi wamaizi,
Ijapo vina thawabu, kikomo vinatelezi,
Sinishuku mathulubu, nayonena ni ya wazi,
Maji yalo vichupani, vidudu wameingia!

Beti nne tamatini, wasia ninaradidi,
Aso nami fikirini, adadisi kwa radidi,
Mja alo hekimani, vichupa atasharidi,
Maji yalo vichupani, vidudu wameingia!

Alipomaliza, mwalimu alielezea kwa muhtasari kisha akaturuhusu tufumkane. Shule nzima ilijaa furaha na bashasha jina langu kuwa kwenye gazeti. Nilikuwa nimeliinua jina la shule na langu binafsi. Kila mwanafunzi alihitaji kuzungumza nami. Lakini muda mwingi nilikuwa naye Bahati. Nilimwomba Bahati aniachie hilo gazeti, akakubali. Hadi hii leo, ninalo katika jalada langu.

Kuna mambo mawili yaliyonivutia niwe na hilo gazeti; mosi, lilikuwa shairi langu la kwanza kuchapishwa. Kwa hivyo, nilihitaji liwe kumbukumbu katika aushi yangu. Shairi la kunikumbusha fani yenyewe na kunitia ari ya kuendelea kutunga. Jambo jingine ni kwamba, lilikuwa na ujumbe mzito ulionigusa moyo, kunikuza na kunielekeza katika shughuli zangu za kila siku. Kunishauri na kunipa nasaha za kuishi pasi kutumainia kuisha mapema.

Baada ya hayo, nilizidi kukihusudu Kiswahili mno. Nikawa nikichambua kila kitabu nilichokipata almuradi ni cha Kiswahili bora.

Siku ya Jumatano, wengi waliita *Ladies Night* baada ya kishuka ambapo nilikuwa nimeketi sebuleni huku nikisoma na kuchambua Kamusi ya methali za Kiswahili ya Ahmed Ndalu na Kitula G. King'ei. Kamusi niliyokuwa nimetunukiwa takrima na mwalimu wangu mpendwa Bi. Sirma. Mwanamume mmoja alibisha mlangoni. Sauti yake ilikuwa nzito yenye kitetemeshi. Nilimpisha.

“Faida yupo?” aliuliza baada ya kuingia.

“Hayupo. Ameondoka. Lakini atarudi hivi punde,” nilimjibu kwa staha.

“Atarudi saa ngapi?” alinisaili tena.

“Hajaenda mbali. Msubiri tu! Au sivyo?” nilidakia.

“Hujajibu swali! Atarudi saa ngapi?” Aliniuliza kama mwanajeshi huku akinitazama.

“Huenda ni sasa hivi! Lakini sijui sahihi! Kwani saa hii ni saa ngapi?” Niliuliza kwa staha.

“Ni saa nane na nusu!” Alinijibu yule mwanamume baada ya kuangalia saa yake kwenye kiwiko cha mkono wake.

“Basi mama atarudi wakati wowote kuanzia saa nane na nusu,” nilimjibu kwa mazingatio.

Tuliketi na yule rijali kwa muda wa dakika takriban kumi na tano bila kuzungumza. Mimi nilikuwa nimemakinika kwa kazi yangu ya uchambuzi wa methali. Nina imani kuwa yeye alikuwa akinikagua kuanzia utosini, japo hakufika unyayoni, kwa sababu nilikuwa nimeketi. Kuketi kwangu huenda kulimpa utata katika kunikagua kwake.

“Wewe ni kijana yake Faida?” Aliniuliza huku akinitumbulia macho zaidi.

“Ndivyo,” nilimjibu.

Huenda aliniuliza hivyo kwa sababu alikuwa amesikia hapo awali nikisema kuwa, “mama atarudi……!”

“Unasoma katika shule ipi?” Aliendelea.

“Ninasoma katika shule ya msingi Kwenet,” nilimjibu kwa kimuyemuye.

Baada ya muda mfupi, mama aliingia. Alishangaa kumwona. Nilimtazama yule rijali kwa mara nyingine. Alikuwa si mwenye machachari. Uso wake ulikuwa umevaa mavazi ya huzuni. Nilimaizi kuwa kulikuwa na tatizo. Mwenye macho haambiwi......!

“Nina huzuni nyingi sana. Binadamu huzaliwa, wakawa na kukuzwa, kisha baadaye huugua mara kwa mara na hata kutupa mkono!” Alianza kauli yake.

“Maradhi yalimjia hata kifo kikamjia! Kwani......!”

“Unataja kifo! Ni nani amefariki dunia hapa?” mama alimkatiza.

"Hapana aliyekata kamba! Lakini tuishipo hapa duniani, sisi tu wasafiri. Tu…..!"

"Tunasafiri! Tunasafiri kwenda wapi? Ilhali mimi na mamangu tunaishi papa hapa na wewe waishi utokako? Au umesafiri na ungali unasafiri?" nilidakia kwa ushupavu.

Mama alinikataza kwa ukali wa simba kwa mwanawe. Huenda aliona kuwa nilikuwa ningali mchanga kuzungumza na watu wazima. Huenda aliona kuwa maneno yale yalikuwa na uzito fulani.

Lakini kukosa adabu kupi? Kuuliza swali ni kukosa adabu! Kuuliza si ujinga eti? Si kuuliza ndiko kujua? Au naye anaamini kuwa asiyejua maana haambiwi maana? Na kama ni hivyo pana haja gani ya mwanadamu kujifunza? Zisingekuwapo shule basi!!

Niliondoka na kuwaacha wakizungumza. Sijui yule rijali aliondoka saa ngapi. Lakini nakumbuka vizuri sana nina akimtuma jirani yetu kuja kuniita. Nilikuwa kwenye uchanjaa wa mpira. Si mpira wa handiboli au mchezo mwingine wowote ule, ila ni kandanda. Nilipenda soka! Nilipenda kipute! Niliuhusudu na kuuenzi mno mchezo huo. Mpaka sasa, ningali nauenzi.

Nilipofika kiamboni, ninangu alikuwa amevaa uso wa chonda. Hali yake ilinikaribisha na kuniambia kuwa pana shida. Aliniambia nijiandae keshoye alfajiri tuondoke. Sikujua tuendako. Niliona si vizuri kumsumbua kwa maswali mengi huku akiwa katika simanzi na jitimai. Nilijiandaa. Nikasubiri. Subira huvuta heri.

Ilipopambazuka, mambo yalikuwa yayo hayo. Hayakuwa lumbwi. Mama hakuwa amevua vazi hilo. Huenda vazi la bashasha na ufurufu lilikuwa limepotea. Nilijiandaa. Nikavaa kaptura yangu kijani na viatu vyangu vya kawaida vyeusi ambavyo vingepotea vingepatikana kwa wepesi sana. Nilimtaka mama tuondoke maana mwana hufuata kisogo cha nina, alinishauri nichukue jaketi langu la ibaada jekundu. Nilizidi kushangaa. Kwani tulikokuwa tukienda, tulikuwa tukienda kulala huko! Tuliondoka.

Tulitembea kwa muda wa takriban dakika thelathini. Tulikaribia nyumba moja ambayo niliikumbuka katika utoto wangu tukienda na mamangu. Insi walikuwa wamefurika. Mama alitoa ukemi mkali. Akapiga usiahi kwa kite. Sikufahamu yote yaliyokuwa yakiendelea. Japo sikuwa zuge. Watu walikuwa wamejaa sisisi. Hapakuwa pa kutema mate wala pa nzi kupita. Yakini, ukumbi ulikuwa umewameza na kuwatapika wengine. Ulivimbiwa. Yalikuwa kama mazishi ama shughuli fulani.

Tulikesha kule siku tatu. Baadaye, mazishi yalifanywa na watu wakafumkana. Nilisalia mimi, mamangu, Bahati na rijali mmoja. Rijali huyo ndiye aliyewahi kututembelea na mamangu pale kibandani kwetu. Siku moja baadaye, Bahati aliondoka akarejea kwao. Tulibaki mimi, mamangu na yule mwanamume.

Mama alinijulisha kwa yule rijali kuwa ni hau yangu. Akaniambia kuwa aliyefariki dunia alikuwa mama yake mzazi, yaani bibi yangu! Nilisikitika moyoni. Nikalia na kuomboleza. Nikamlaumu mama kwa kutonileta niishi na bibi yangu nimuone lau uso wake! Lakini lawama si dawa ya kosa. Alinihani na kunibembeleza kwa kunitumainisha katika kuishi aushi aula aula siku zijazo. Niliamini tu kama muumini kanisani ama msikitini.

Siku chache baadaye, tulifunga virago tukarejea nyumbani. Naye hau Kisito, aliondoka kwenda kuchuma mjini Nakuru. Shamba la Bi Maria hayati bibi yangu likasalia kwa upweke. Baada ya muda, mama aliona si vyema kutumia nyumba ya kupanga ilihali kwao kulikuwa katika ukiwa. Ilimlazimu kuhama tulikokuwa na kurudi kwa hayati nyanyangu. Kuhama huko kulinenepesha hazina ya mama na kumfanya kujitapa kiasi. Hakupanga nyumba ili kuilipia pango. Pia, hakuweza kununua vitu vidogo vidogo kama vile mboga, nyanya, vitunguu n.k. Alihifadhi fedha nyingi zaidi ya hapo awali. Akawa na matumaini zaidi ya kuwa ama mlalaheri ama mlalahai.

Nilizidi kwenda shuleni. Nikalipiwa kila siku pesa za bodaboda na teksi kwa kuwa tulikuwa tumeguria mbali kichele na shule. Waama pasipo na budi hubidi.

Kule skulini, Bahati aliuliza kila mara tulikokuwa tumehamia. Sikuwa na budi kumfahamisha. Maana, kutomfahamisha huenda kungemkera na kumfanya aone kuwa ni njia ya kumkimbia. Hata hivyo, kumfahamisha kusingezidisha wala kupunguza chochote kwangu. Aliwahi kuniambia kimzahamzaha kuwa angenitembelea nyumbani lakini kumbe mzaha mzaha hutubuka usaha.

Siku moja mamangu Bi Faida alikuwa ameenda kupalilia. Alikuwa mpalizi katika migunda ya makabaila wa pale harani. Hiyo ni kazi aliyoifanya maishani mwake.

Nilikuwa nimeketi kwa utuvu na tuo. Vitabu vya Kiswahili belele mezani si Mwisho wa Kosa si Siku njema si Kifo Kisimani si Kufa Kuzikana si Mayai Waziri wa Maradhi na Hadithi Nyingine; vyote vilikuwapo. Nilikuwa nimejaribu kuzindua maktaba yangu binafsi pale nyumbani. Nilikuwa nimemakinika na kutekwa akili. Nilikuwa nimekaa karibu na mlango huku mgongo wangu nikiuangalisha mlangoni. Riwaya ya Siku Njema ilikuwa imenishika mawazo. Mara niliuhisi mkono laini na mwororo ukinigusa shingoni. Ulikuwa mkono laini na wa mapenzi. Nilishtuka. Niliruka juu na kugonga meza. Vitabu vyote vilitapakaa sakafuni.

Nilipotazama nyuma, nilimwona Bahati. Alikuwa amevalia sketi ya grini na shati tao jeupe lenye vyuma vya kumeremeta na kumemetuka kama dhahabu kidarini pake vilivyochora umbo la kopa. Nywele alikuwa amezilaza mlaza mlaza zikawa singa za mbega.

"Bahati ni wewe? Mbona kunishtua huko kote?" Nilimuuliza kwa ghadhabu.

Badala ya kunijibu, alicheka na kurudi nje wanguwangu. Nilihamaki mno. Nikahisi uchungu moyoni. Nilikuwa sijawahi kushtuliwa hivyo. Tena na binti! Mwana wa kike hasa!

"Naomba msamaha Mfanisi. Sikujua ungeshtuka," alisema kwa unyenyekevu huku akiingia chumbani kwa mara nyingine.

Wakati huo, nilikuwa nimenuna. Sikutaka kumwangalia tena. Nilitoka nje na kumwacha humo chumbani.

Bahati aliviokota vitabu vyote. Akavipanga kwenye meza vizuri zaidi. Aliketi pale nilipokuwa nikiketi alipoingia. Akakichukua kitabu cha Kufa Kuzikana na kuanza kukisoma.

Nilisimama kule nje kwa muda. Nikatuliza hamaki na kurejea chumbani. Nilifahamu kuwa hasira hasara. Niliingia chumbani kwa vishindo. Nikaanza kumuuliza maswali kenyenye.

"Mbona kunifanyia hivyo? Ulitaka nizirai au vipi?"

"La Mfanisi! Siwezi kukutakia uzirai, *By the way*, haikuwa *intentionally,*" alinijibu.

"Basi hata ungebisha tu, kunipa ufahamu kuwa kulikuwa na mtu!" Nilidakia.

"Nilijua uko peke yako mpenzi! Ndipo nikaamua kuingia na......"

"Enhe!! Ukaamua kuingia na kunishtua?"

"Sikumaliza mpenzi! Ungeacha nimalize kwanza. Nakuomba msamaha. *Forgive me darling!* Mama yuko wapi?" Bahati aliuliza kwa njia ya kutoka kwenye uzungumzi wa ugomvi.

Nilimsamehe. Nikamkaribisha. Tulianza kuzungumza huku tukicheka na kufurahi.

Tuliketi na Bahati. Dakika zilipita na hata kupisha saa. Akanifunulia moyo wake.

"Nakupenda Mfanisi! Naona siku ambayo mfalme na malkia wake wameketi barazani. Barazani kwao nyumbani wakizungumza. *Just talking!* Ningependa tuwe hivyo siku moja!" Bahati alimalizia.

"Katika kila jambo, huwa inategemea hali fulani ili lifanikiwe," nilidakia.

"Hali gani hiyo?" aliniuliza.

"Hali nyingi! Mathalani, katika mapenzi, binadamu hupendwa, naye akapendeka," nilimwarifu.

"Naomba upendeke Mfanisi!" alinikatiza.

"Hapo ndipo pana tatizo," nilikuli.

"Tatizo lipi?" Bahati aliniuliza.

"Binadamu wengine ni migunda ya miamba ambapo hata ukipanda mbegu zako na kunyunyizia maji na mboji mbegu hazioti. Itakuwa sawa na binadamu fulani aliyemwashia taa kipofu akaharibu mafuta yake," nilimfahamisha.

"Kwa nini akaamua kumwashia taa kipofu?" Aliuliza huku akicheka.

"Sijui! Na kwa nini yule apande mbegu kwenye mwamba?" nilimsaili

"Sikuelewi!" aliniarifu.

"Nami nakuelewa! Ndipo ninakujibu!" nilimfahamisha.

"Unamaanisha nini unapozungumzia mgunda, mwamba, kipofu na taa?" aliuliza.

"Utachambua!" nilimjibu.

"Nichambulie!" alinisihi.

"Kwani tunazungumzia nini? Mgunda ni shamba. Shamba lenyewe halina rutuba. Lakini mkulima anapanda mbegu akiwa na matumaini ya kuvuna mazao mazuri baadaye!" Nilimfahamisha.

"Pana shida gani? Iwapo atapanda na atumie *fertilizer?* Si atavuna tu? Si bado mbegu zitamea?" Bahati aliniuliza.

"Sijui, wajua wewe!" nilimalizia.

"Basi nami sijui! Lakini zitamea!" alitoa kauli.

"Sijakataa kumea kwazo. Lakini pana shida ya kukua na kustawi ili kutoa mazao mazuri yafaayo!" nilidakia.

"Acha mambo ya mkulima, mbegu zake na mgunda wa mwamba! Turejee tulikokuwa. *At first*, nilikuambia kuwa nakupenda na nakuhitaji!" Bahati alikuli.

"Iwapo tutayaacha ya mkulima na mgunda wake basi tuyaache pia hayo yako! Maana ni maua ya mti mmoja!" Nilisisitiza.

"Eti!" Bahati alishangaa.

"Ndivyo nilivyosema!" nilisisitiza.

"Kwani ya mkulima yanahusiana vipi na yangu nami si mkulima?" Alistaajabu.

"Ya mkulima na yako ni mamoja!" nilikiri .

"Aiih Mfanisi! Nakupenda na nahitaji mahaba yako. Tuishi pamoja siku moja au milele aushini!" alisisitiza Bahati.

"Huenda hayo ni maoni yako!" nilikuli.

"Ni maoni pamoja na maono yangu. Yako ni yapi *darling?*" aliniuliza ghafla.

"Hilo jina ni zito sana kwangu! Hunipiga chenga kimaana na kimatumizi. Lakini nafurahi kusikia umeanza kuzungumza Kiswahili bora binti. Kiswahili kizuri hasa. Mimi pia nakupenda. Nayapenda maisha yako; ndiposa sipendi kukutosa katika balaa na mabaa ya ulimwengu huu! Mapenzi ni mauti! Mapenzi ni kifo! Penzi zuri huvumiliwa! Penzi lililovumiliwa halina mashoka wala mapanga!" Nilimjibu.

"Sijawahi kupendezwa na kuvutiwa na mvulana yeyote mwingine ila tu wewe Mfanisi. Nakupenda na nahitaji ulete ufanisi wa nyonda kati yetu. *Then*......"

"Ehe Bahati, wewe ni msichana mzuri. Bahati mwenye bahati na haiba kweli. Nakupenda kwa tabia na mienendo yako. Ni vizuri unavyosema, lakini vumilia basi! Dunia haihitaji pupa. Subiri siku chemichemi zitabubujika katika mtima wangu kisha tutaongea!!" nilidakia.

"Nimefurahi Mfanisi. Niweke moyoni mwako nami nikuweke moyoni mwangu," alikuli hatimaye.

"Moyo wangu ni jangwa. Naam, pululu isiyoonja utamu wa mvua hata chembe! Haujawahi kuota mbegu za mahaba wala chemichemi kububujika na mbegu za mapenzi kuota. Nikiwa kinamasi tutazungumzia!

Labda iwe ndivyo ama sivyo! Lakini ukumbuke, mvumilivu hula mbivu," nilimalizia kauli yangu.

Nilipomtazama, alikuwa ameathirika kwa mahaba. Aliyarembua macho kila aliponitazama.

"Bahati!" Nilimwita nilipotazama saa yangu ya plastiki mkononi. Muda ulikuwa umedidimia. Jua lilikuwa likiaga miti.

"Ni saa thinashara. Utafika nyumbani saa ngapi?" nilimuuliza kwa kumjali.

"Nitafika tu! Acha wasiwasi. Almuradi nyumbani wanajua niliko!" alinijibu.

"Aah! Eti nini? Yaani uliwaambia kuwa unakuja huku?" nilimuuliza kwa mshangao.

Alivyosisitiza, niliona ni vyema nimpeleke kwao. Kwani ningemletea balaa bin beluwa kwa kuwa naye huo muda wote. Balaa zisizo na asili yake. Wazazi wake walikuwa wakali kama nyati aliyejeruhiwa.

Tulipokuwa tukiondoka, tulikutana na ninangu kwenye lango. Alimsalimu Bahati. Wakazungumza kwa kina. Baadaye, tuliendelea na safari hadi kwenye barabara kuu. Bahati alipanda bodaboda ya piki piki kuelekea kwao. Nami nikamuaga na kurudi kiamboni.

Nilipofika manzilini, mama aliuliza uhusiano uliokuwepo kati yangu na Bahati. Nilimfahamisha kuwa alikuwa mwanafunzi mwenza. Sijui kwa nini akauliza vile ilhali alikuwa akimjua Bahati vyema zaidi. Zaidi ya hapo, walikuwa wamezungumza naye.

Mamangu alikuwa chui kasoro mkia. Angalisikia kuwa kulikuwa na uhusiano wowote wa kimapenzi kati yetu, angalimkanya Bahati mguu wake usingalikanyaga kwetu. Ndio maana, niliamua kuwa wazi kwake na kuepuka kauli za Bahati. Japo hapakuwa na chochote kiovu kati yetu nilifahamu kuwa moyo wa mwanadamu una shauku lufufu. Tusingekosa kushukiwa tukiwa wanadamu hasa tulivyokuwa wa jinsia tofauti. Nilitahadhari kwayo nikifahamu kuwa tahadhari kabla ya hatari. Yalikuwa tu mapenzi ya shuleni na kujaaliwa na Mterehemezi iwapo yangekuwa mapenzi ya kilindi cha moyo wake namna ambavyo aliwazia. Moyo wangu nao ulikuwa katika matumaini mengine maishani. Si namna alivyoyatazamia maisha yeye.

Siku ya kufuatia, mama alikuwa mchovu. Alishinda nyumbani mchana kutwa. Nilikutana na wengi, wakamuuliza. Nami nikawaambia kuwa hakuwa na hali namna ambavyo ilitarajiwa. Walimwombea siha!.

Uchovu wake uligeuka na kuwa nyondenyonde. Alilala chini juma zima. Mambo yaliendelea vivyo hivyo. Mama akaugua. Insi walikuja mara kwa mara kumtembelea akiwemo Bahati. Walikuwa na matumaini na hali yake kurejea namna ilivyokuwa awali na hata kuwa bora zaidi.

Chini ya muawana wao Bi. Mausia na majirani wengine, tulitembea kote kutafuta tiba. Siha ilifunga milango yake na kutupa funguo kusikojulikana. Mama alisafiri si Nairobi si Dar es salaam si Kampala si Bujumbura si Kigali kutafuta tiba; lakini jinsi tabibu walivyojaribu ndivyo maradhi yalivyowacheka na kuwaambia kajaribuni tena. Uwele ukaifilisi hazina ya mama. Ukamwacha hohe hahe! Hana hanani! Harambee ziliandaliwa na kufanywa zikiongozwa na Bi. Mausia kwa matumaini ya kumtafutia mama tiba almuradi awe na siha, lakini wapi?

Fauka ya hayo, elimu yangu iliathirika kwa namna hasi. Nilibaki mastakimuni kukaa na mama. Hata angepatikana wa kukaa naye hapakuwa na njenje za kunipeleka shuleni. Nilijuta. Nilimlaumu Mkawini. Lakini nikajitia moyo kuwa Mungu si Mfaki. Alhamudulilahi! Nilifahamu kuwa kila changamoto ijapo huwa dalili ya ufanisi hatimaye. Niliona nuru ya matumaini katika kiza cha kaniki, katika imani ya uponyaji wa mama yangu! Sikukata tamaa.

Sura ya 3

Maisha pale maskanini hayakuwa mepesi. Mambo yalizidi kuwa magumu. Yaligeuka kifuu cha nazi. Kila nilichokishika kilibadilika kuwa jiwe. Kilikuwa chuma hasa. Vingine vilibadilika na kuwa telezi mikononi mwangu.

Bahati alinitembelea mara kwa mara. Alizidi kuja kunijulia hali na kunihani kama rafiki wa dhati. Hakusita hata kidogo. Alitambua umuhimu wa urafiki maishani. Si urafiki tu ila urafiki wa kufaana.

Baada ya muda mrefu, maradhi yalimvamia tena mama. Nilisikitika moyoni. Nguvu zilinitindika mwilini. Nikawa mchege. Sikujua la kufanya. Kifua changu kilijaa huzuni na simanzi. Kilikuwa karibu kupasuka. Nilitia ubani. Nikamwomba Karima dua yangu ya dhati na himdi. Almuradi, nilimtakia mama kondo njema kila fi.

Maradhi yalizidi kunoa meno. Yakamla mama jinsi mchwa walavyo miti. Yakamtaabisha. Alikonda na kukondeana. Tamaa yake ya kuishi ilitamauka. Akabaki gofu la mtu. Upepo ungemsukuma kulia na kumrejesha kushoto pasi baa lolote. Nilinywea! Nilinyong'onyea!

Siku moja nilikuwa kwa Bi. Mausia nikipumzika baada ya shughuli za mchana. Naikumbuka siku hiyo vizuri sana. Ilikuwa tarehe saba Agosti, 2008. Upepo mwanana ulikuwa ukivuma huku jua la utosi likiwaka. Tulikuwa tunalichambua shairi moja nililokuwa nimelitunga mimi mwenyewe. Naam, mimi, Kareni na Zuge! Kwa kuwa sisi sote tulikuwa wanafunzi tuliohangaika ushairi, hapakuwa na utata wowote wa kulichambua shairi hilo. Shairi lenyewe lilisema hivi;

Nas'kitika mtimani, mapenzi yamechanika,
Pole humu duniani, adamu ana mashaka,
Mepagawa fikirani, kingiwa na ya kumaka,
Mahaba kuwa na wengi, huo si uhayawani?

Kwa pamoja ahadini, mahaba yanaalika,
Mmoja mwenye fatwani, kuwili anakutaka,
Ijapo ana afyuni, wa tatu atainuka,
Mahaba kuwa na wengi, huo si uhayawani?

Penzi halimo insini, moyoni limefutika,
Apenda bila razini, kidogo linamwauka,
Muhibuye himilini, kwa nini mpe talaka?
Mahaba kuwa na wengi, huo si uhayawani?

Uwasia tamatini, hekimani nufaika,
Kiwa na wake penzini, pasua yake mbarika,
Muingize akilini, awe pekee kushika,
Mahaba kuwa na wengi, huo si uhayawani?

Katika kulichambua shairi hilo sote tuliona kuwa palikuwa na ukweli wa namna fulani. Mosi ni kwamba, mapenzi yalikuwa yamegeuzwa na kuwa mithili ya wanyama hayawani. Wanadamu walikuwa wameingia katika mashaka ya kuwatafuta wendani wa kuzijaza nyoyo zao lakini hawakupata.

Pili ni kwamba, watu walikuwa wakipendana lakini hawakuaminiana. Kwa sababu hiyo, kila mja alikuwa na wapenzi zaidi ya wawili. Mapenzi ambayo yalikuwa yakizalisha mitara kwa hiari ama kwa msisimo.

Kwani kupendana kupi ambako mja hakuridhika na mwingine? Si moyo hupenda mmoja zaidi ya mwingine? Na kama ni hivyo basi, mbona mapenzi ni yayo hayo! Mbona hisia ni zizo hizo! Mbona wake ni wao hao! Mbona waume ni wao hao?

Tofauti ni maumbo, vimo, wajihi na jinsi ya kujitunza kwa watu wenyewe! Kuna wengine hata ni wazuri kiumbo na wajihi lakini kitovu chao ni balaa bin beluwa, kiini chao ni kibovu! Hulka ni mizoga! Wengine walisema kuwa nyumba nzuri si mlango tu! Nao uzuri wa kitabu si jalada!

Tatu, adinasi walikuwa hawatimizi ahadi zao. Hawakujua kuwa ahadi ni deni na dawa ya deni ni kulipa. Walipendana kutuliza ashiki! Wengine waliigiza kupenda ili wachume! Dunia ulimwenguni ama ulimwengu duniani!

Jingine ni kwamba, adinasi walikuwa wakiwataliki wenzao nyakati za himila. Waume wakawadinda wapenzi wao waliodaiwa kuwa wa dhati! Je, utu u wapi? Mapenzi ya wapi? Dachia huhangaika kutafuta fahali, naye akampata fahali maalum wa kumwajibikia kihayawani! Hatimaye huchukua mimba na kumpata ndama akampendeza kila mmoja! Kisha mwenyeji hufaidi kwa ama maziwa ama nyama!

Binadamu huoa ama huolewa na kuitwa mume ama mke wa mwenyewe! Binadamu yupi hufurahia mtoto wake ateseke akiwa hai? Adinasi yupi hufurahia mwendani wake aavye akiwapo? Anapoavya, huavya kidanga cha nani? Maishani pana kizinda baina ya penzi na chuki. Kizinda kikiraruliwa basi mapenzi hugeuka kuwa chuki; nao wapenzi wakabadilika na kuwa mahasimu wa daima. Kisha waliokuwa wapenzi ukawapata wakiwa na mashoka ama mapanga njiani huku wakiwasaka wenzao waliokuwa wapenzi wa dhati kuwaangamiza! Watu hutafuta laana kwa kujitakia hatimaye wakashindwa kujitakasa na kutakasika na yeyote hadi mautini!! Hayo ndiyo maisha! Mambo yanayoisha!!

Tulipomaliza kulichambua shairi, Zuge alianza kunielezea juu ya usodai wa dunia. Namna ambavyo aliidhania dunia na namna ilivyokuwa katika uhalisia wake. Tulizungumza kwa mapana.

"Mauti ni jambo ambalo limekita mizizi. Mimi huwa sipendi mauti! Hususan, kumtazama maiti!" Zuge alianza.

"Lakini ni mambo ya jisimu. Kila mtu huzaliwa! Jambo ambalo ni wazi kama meno ya ngiri. Baada ya kuzaliwa mja hukua, akaoa na kuolewa. Jambo ambalo ni hiari ya mtu binafsi. Baada ya kuoa au kuolewa, insi yeyote lazima afe! Kuzaliwa ni sudi kwa wote ! Kuoa ni hiari kwa wote! Kufa ni lazima kwa wote !" Nilimalizia.

"Na hiyo ndiyo maana binadamu wote ni sawa!" Aliendeleza Kareni.

"Kuna kuzaliwa ambapo si Mmarekani si Mwafrika si Mchina si Mjapani si Mrusi wote hubebwa miezi tisa kwenye chupa na mji wa mama. Kuna kufa pia! Kufa ni lazima kwa kila mmoja aliyezaliwa! Angalia usingizi nao, jambo ambalo ni la kawaida. Kila mja lazima alale. Naam, maumbile ya usingizi hasa! Kila adinasi hulala japo dakika kumi! Nani anapinga kuwa binadamu si sawa? Na kwa nini wote waitwe binadamu? Kwa nini wote wawe wana wa Adamu?" Nilitamka kwa ufasaha.

"Katika kua aushini, sijui ni kwa nini Muumba akayaweka mauti," Zuge aliendeleza, "ni jana tu usiku ambapo niliyaona maajabu ruyani. Si maajabu ya kushangaza tu, bali ya kutisha na kusikitisha pia. Sijui kama ilikuwa ruya tu. Naomba sana! Tena naomba sana! Sana pasi kusita! Sana pasi kukimwa! Kwa dhati na himdi iwe ndoto tu. Na iwapo….."

"Acha kuzunguka! Zungumza Zuge!" Nilimkata kauli.

"Katika ile ndoto," aliendelea, "niliona kifo cha nyoko yangu! Mauti ya nina yangu Bi. Mausia. Niliyaona kwa macho! Mama hakuugua sana. Nilipotoka kwenda kumtembelea mbuya wangu, nilirudi akiwa maiti. Mauti yalikuwa yamemkumbatia kwa mikono miwili! Nililia kwa jitimai lakini wapi? Baba aliomboleza lakini wapi? Yalikuwa yamemwagika tayari, kisha nikazinduka tu tulipokuwa tukienda kumzika," alimalizia Zuge.

"Baba?" alimaka Kareni.

"Pole sana! Lakini naomba iwe ndoto tu. Yasije kutokea," nilihitimisha.

"Eti nini?" Zuge alifungua kinywa.

"Yasiwe hivyo!" Kareni aliamba.

"Yasiwe hivyo!" nilisadikisha kauli ya Kareni.

"Kwa nini unaotea baba na hayuko?" Kareni alikatiza.

"Sijui dadangu!" Zuge alidakia kauli ya dadaye.

"Hakuna baa, ni ndoto tu!" nilidakiza.

"Lakini naufanya mpango nimuulize mama. Siwezi kuyachukulia kwa wepesi vile. Ningependa anifafanulie. Naam, mamangu mzazi," Zuge alilonga..

"Ukiuliza unijulishe pia. Tutafaidika sote pamoja," nilimfahamisha.

Baada ya muda, Bahati aliingia. Alikuwa akihemahema huku pumzi zikimtoka kwa nadra na tukizi sana.

"Twende! Twende! Twende! Maaa......ma........maa.....ko....yu........ akwi....ta!" alikuli kwa kujikaza.

Sikujua nianzie wapi wala nimalizie wapi. Sikuwazia nilikokuwa wala niliokuwa nao. Niliondoka marshimarshi. Nilimwacha Bahati akinifuata nyuma kwa nyuma. Sikumwambia Kareni wala Zuge kwaheri.

Nilipofika nyumbani, niliwakuta watu sufufu pale uani. Wengine walikuwa na majonzi. Wengine walikuwa wakitabasamu. Wengine walicheka shelabela. Wengine walilengwalengwa na machozi. Wengine magego yalionekana kutokana na tabasamu zao tu. Sikubashiri lolote lililokuwa limetokea, maana hali ilikuwa mseto mseto!

Niliwapita kama upepo na kuingia chumbani. Nilipomtazama pale kitandani, mama alikuwa amezidiwa. Si wa siha tena! Alikuwa anapiga kite kama mwana mkembe. Uso wake ulionyesha dhahiri kuwa yu hoi bin taabani. Nilipepesuka!! Niliona ukiwa ukinilaki kwa mikono miwili. Uso wangu ulisawijika. Wingu la simanzi likatanda kwetu.

Mvua ya machozi ilikuwa tayari imeanza kumiminika mithili ya mvua ya masika. Nilipomtazama Bahati aliyekuwa amewasili, macho yake yaliniambia 'pole na makiwa!' Mito na mifereji ya machozi ilikuwa imefunguka yenyewe machoni pake! Furaha, nyemi na buraha vilikuwa vimetokomea na kuvitafuta kulikuwa sawa na kuitafuta sindano katika shamba maddal basari la ngano. Nikalaani kila ovu lililokuwa tayari kunilaki. Nikajitumainisha moyoni mwangu, huku machozi yakiutakasa moyo wangu kutokana na kila ila.

"Mfanisi," mama aliniita kwa kite.

"Watu ni wanyama. Wanaume ni wanyama; si chui si vitatange si vitapitapi. Huchoma waendako! Hulaghai waendako! Huuma na kujeruhi kila wapatacho kama duma. Huuma wakipuliza! Wana mvuto wa huba na nyama ya ulimi. Lakini huba lao mara nyingi huwa la kitanzi. Hawana nemsi tena kwenye kapu langu," mama alikuli.

Mamangu aliendelea kulalamika huku akiwakejeli na kuwalaumu watu. Ajabu ni kuwa sikuwaelewa watu wenyewe walikuwa akina nani!

Nilitega masikio ndi! Wajibu wangu pamoja na waliokuwapo ulikuwa kusikiliza tu. Sikuthubutu kuukata usemi wake, niliona huo kuwa ukosefu wa nidhamu na adabu.

"Nakuomba mwanangu," aliendelea, "Usiwe kama hao. Wanakuenzi ukaenzika. Wanakupenda ukapendeka. Oooh! Kumbe ni porojo, ulaghai na udanganyifu wa kiwango cha upeo wake! Kumbe ni mafamba na utundu wa kukumaliza. Kawaida, wao huanzisha penzi wasiloliheshimu wala kulimudu. Hutimiza ahadi zao kinyume! Silii nasikitika! Nakusikitikia wewe mwanangu! Sisikitiki nalia! Nakulilia wewe mwanangu!" Mama aliendeleza kauli yake.

Kutokana na uzungumzi wake mama, alikuwa ni lau anazungumzia wanaume kama jinsi alivyoanzisha awali. Hivyo ndivyo nilivyo bashiri. Maana wanaume ndio waliokuwa wakizindua mapenzi kati ya mahuluku na kuweka ahadi nyingi zisizotimilika baadaye kama jinsi nilivyowasikiliza wakubwa wangu wa kike wakizungumza mara kwa mara. Haya hayakunipiga mshipa kwa kuwa sikuwa na mwanamume karibu nami iwe katika familia ama katika jamii na nasaba yetu. Aliwapa sifa zote hao wanaume. Sifa ambazo zilichukua mkondo hasi tu wa maisha. Si sifa nzuri ila zilizotajwa kuwa mbi aushini, zote walipewa pasi kusaza. Nilijidharau na kujilaumu kuumbwa na kuzaliwa nikiwa 'binadamu mnyama.' Lakini ni maumbile kutoka kwa Muumba; nayo kazi ya Muumba haikosolewi. Niliamini kuwa mwema na kubadilisha mtazamo katika jamii ili wanaume wabadilike kuwa binadamu ila si 'binadamu wanyama'!

"Mfa..fa......nii…ni...is!" Mama aliniita kwa maumivu. "Ma…ma ya..ko amez..idiwa. Hu..enda anaenda ha….po..po na pale! Ni..nga… nga…lipenda uwe mwaminifu kwa penzi laaa….ko. Kumbuka penzi ni haaaa…daifu. Lisikuuuuhadae ukayaaa..tose maisha yako dema..ma… ni. Mvumilivu hula mbivu eti," mama alisisitiza.

Wakati huo wote, nilikuwa nikimtazama Bahati kwa utuvu na umakinifu.

"Moto unawaka," aliendelea, "misitu inateketea, hususan misitu mikavu, umezagaa sana. Majani yaliyokauka yanaathirika mno. Jichunge usiwe jani litakalo teketea. Upepo wa walimwengu na malimwengu uvumapo, usivume nawe. Mafuriko yakija, simika mwanangu yasikuyumbishe na kukufurugisha. Usipovumilia ule mbivu, basi tunda tunda moja uliweke kwa manufaa yako ya baadaye. Manufaa ya kuishi vyema. Hayo yote yatakuwa kwa azma ya kuyakamilisha maumbile," mama alipumzika kwa muda.

Aliendelea kuzungumza! Akazungumza! Akazungumza! Hadi pumzi zikaanza kumpotea. Mengine mimi sikuyaelewa; yalikuwa na uzito uliohitaji usaidizi wa wenye hekima.

"Mfanisi! Usiwe na fuska mwanangu. Ku…..ku……mbu….. mbu.........ka heshima si......si....u….u….tumwa…na..te..te.......enda..... zako. Naku..........ku........ku........!!!" Alijaribu akashindwa. Alikata roho. Akakunjua mikono na kuachilia kila alichokuwa amekifumbata. Pole pole alisafiri na kujumuika na wavyele wangu kwa uchungu kule Ahera.

Nilishika tama. Nikamwangalia maiti yule. Sikuyaamini macho yangu, kuondokewa na mpenzi mzazi. Mzazi wa pekee! Nilihisi uchungu moyoni. Nikalia. Uso wote uliroa machozi rovu rovu kama niliyenyeshewa kwa mvua ya masika. Lilikuwa limesalia pengo lisilozibika daima ije heri au shari. Dunia ilikuwa imemmeza kulijaza tumbo lake. Niliangema. Nilipoyatazama macho ya mama yaliniambia kuwa uishi kwa matumaini. Nilijitia moyo na imani. Nikafunga mkaja tumboni!

Wingu la majonzi lilitanda pale nyumbani. Watu walifurika furi furi. Wakati wa mazishi, kibanda chetu hakikuwasitiri watu. Sherehe ya mwisho ya mamangu mpendwa Bi. Faida. Watu walilia wakaomboleza kwa uchungu. Makazi yetu yaliwameza yakawatapika wengine.

Tanzia ya mama iliyaibua mambo mengi katika maisha yangu. Miongoni mwayo ni kujitegemea. Nilikuwa ningali mteke. Maisha na kazi za sulubu nisingeyaweza. Nilibaki katika utwea na upweke, nikawa sina mbele wala nyuma. Nilianza kula mwiku kwa walalahai na walalaheri.

Niliishi kibandani. Nilienda upalizi na kujikimu kimaisha. Maisha yalikuwa magumu kama kifuu cha nazi. Yalikuwa ni sawa na kuuma jongoo kwa meno. Waama, aliyetoka kaacha pengo; aliyeachwa kaachiwa mengi.

Nilianza kujiuliza maswali mengi sana. Akili yangu ikawa haitulii hata chembe. Kawaida insi husema kuwa ili mtu azaliwe, lazima kuwe na watu wawili. Tena si watu tu ila watu wa jinsia tofauti! Nao watu ni sampuli mbili tu maishani. Hayo kwangu yalikuwa yamegeuka yakawa kinyume kabisa. Niliona jina baba lilikuwa likitumika kumtaja mtu yeyote wa kiume aliyezidi umri wa ujana na bado kufikia uzee ambapo katika Kamusi zetu wanaleksikografia walikuwa wamekosea. Nilikosoa Kamusi nyingi; si Kamusi ya Kiswahili sanifu ya TATAKI si Kamusi ya Karne ya 21 ya matbaa ya Longhorn si Kamusi Elezi ya matbaa ya JKF si Kamusi Pevu ya matbaa ya VideMuwa.

Je, iliwezekana kuwa babangu alikuwa ameaga dunia? Na kama alikuwa hajaaga dunia, mbona mama alikuwa ameamua kuishi na kunilea pekee? Baba gani asiyejali masilahi ya mwanawe? Potelea mbali! Niliuma meno huku nikiona kuwa neno baba halikuwa na maana abadan kataan kwangu.

Bi. Mausia aliyekuwa hasimu wa mama kisha baadaye shoga yake mama, mfadhili na msiri mkubwa; alinionea huruma. Alinineemesha na kunihurumia. Nikaanza kuishi kwake.

Alinirejesha shuleni Kwenet. Bi. Sirma alinikubali tena katika darasa la saba. Wakati huo Bahati alikuwa katika darasa la nane. Kule shuleni, nilisoma na wanawe Bi. Mausia. Mmoja wa kiume aliyeitwa Zuge na wa kike aliyeitwa Kareni. Bahati alifurahi mno. Alikuwa kila mara yuko karibu nami tena.

Siku moja, ulitokea mgomo wa walimu. Hakuna msiba usiokuwa na mwenziwe. Walimu waligoma kufundisha. Walibaki nyumbani muda wa mwezi mzima. Tuliathirika. Lakini baadaye, mambo yalitengenea baada ya serikali yetu kushughulikia tatizo hilo la darahima. Viongozi wa walimu walikuwa wameshikilia kikiki kutoenda madarasani hadi serikali iwajibike. Maombi yao yalijibiwa baada ya kiongozi wa taifa kuingilia kati wizara husika.

Kwa Bi. Mausia, mambo hayakuwa mepesi. Kwa sababu ya wepesi wangu wa elimu, uhasama ulizuka kati yangu na mumewe. Naam, mume aliyemwoa baada ya chuo cha miaka kadhaa ya ukiwa na upweke. Mume yule alikuwa nduli. Hakupendezwa jinsi nilivyomshinda mwanawe masomoni. Mwanawe aliyekuja naye ili kuunga familia moja na Bi. Mausia pamoja na wanawe. Alikuwa na mwana mmoja wa kiume rika langu. Hivyo familia ilikuwa ya watu sita; Bi. Mausia na wanawe wawili, mumewe na mwanawe mmoja na mimi mtu baki.

Muda ulizidi kusonga. Bahati alijiunga na shule ya upili ya mabweni. Nasi tukaingia katika darasa la nane. Tuliuma meno na kupambana na maisha pale shuleni. Uongozi wa shule ulitupa nafasi nzuri ya kuyaendeleza matokeo bora.

Tulipoufanya mtihani wa kitaifa, nduli yule; baba mlezi wa Kareni na Zuge, aliapa kuniangamiza endapo ningekuwa nimemshinda mwanawe. Kwa mapenzi yake kwangu, Kareni alinidokezea fununu hizo kwani alikuwa amezipata mwanawe akizungumza na Zuge. Nilitahadhari naye! Kwani tahadhari kabla ya hatari.

Matokeo yalipotangazwa, nilikuwa miongoni mwa wanafunzi bora mudiriani. Kareni alikuwa akinifuata kwa karibu sana. Zuge alikuwa miongoni mwa wanafunzi kumi wa mwisho katika shule yetu. Mwanawe alikuwa wa mwisho. Alitusaidia kutushikia mkia shuleni kwetu na kote wilayani. Mimi niliongoza shuleni kwetu. Katika nyumba ya mlezi wangu, niliongoza pia. Kareni alinifuata kisha Zuge. Mwana wa baba mpendwa aliburura mkia.

Matokeo hayo hayakumpendeza mumewe Bi. Mausia. Sikuelewa yalimwumiza vipi ilhali ngwenje zake alizitumia katika starehe za ulevi. Hakumlipia hata mwanawe aliyejidai eti alimpenda hata senti moja. Bi. Mausia ndiye aliyetushughulikia kwa udi na ambari pamoja na mwanawe. Alitufaa kwa jua na mvua.

Baada ya hayo matokeo, aliasisi mpango wa kunitoa uhai. Bi. Mausia alipata fununu ya habari hizo, akanirejesha kule kibandani kwetu. Siku ile, nduli yule alikuwa amevaa miwani. Alipiga ukemi barabarani jioni akirejea nyumbani. Masogora wa vileo walikuwa wakicheza ngoma zao mwilini mwake. Hiyo ilikuwa ishara tosha kuwa ugomvi na vurumai vilikuwa vizuke. Hakuwa tofauti na wale walalao kwenye mitaro hata mafuriko yakawaua. Hakuwa tofauti na wasioenda shuleni kisha wakaingilia ulevini na kulewa chakari. Hata kama alikuwa mwadhama, alikuwa mlevi. Na mhini na mhiniwa njia yao ni moja.

Alipofika kwake, aliguma kama simba. Akatangaza nitolewe kabla yeye kuingia chumbani kunitoa. Alitaka kuonana nami macho kwa macho kwa vurumai. Angurumapo simba mcheza nani? Alikuwa amepandwa na mori. Hakujua kuwa mtazamo wake ulikuwa katika wingu la giza totoro. Matumaini yake ya kuniua yalikuwa kama hewa. Nilikuwa na matumaini yangu ya kuishi!

Alibwabwaja kila aliloliona kuwa lilikuwa zuri kwake. Bi. Mausia alikuwa ametulia chumbani mwake. Kareni alikuwa ameenda chumbani mwake kulala. Zuge na mwanawe mpendwa nao walikuwa wameenda katika *Esimba* yao kulala. Aghalabu tulipolala, Zuge alilala upande wa ukutani, kisha mwanawe mpendwa katikati nami nilihitimisha kwa kulala upande wa mlangoni. Haya yalikuwa dhahiri shahiri na wazi kama meno ya ngiri kwake mumewe Bi. Mausia.

Alikimbia hadi mlangoni pa *Esimba* ya wanawe. Alipogusa mlango ulisalimu amri kwani haukuwa umekomewa. Ndani, taa ya kandili ilikuwa ikimwekamweka. Wanawe walikuwa wakifurahia usingizi wao mtamu kwani hawakusumbuliwa na makeke na vurumai zake. Huenda walikuwa wamekesha mahali siku iliyotangulia. Usingizi uliwaadhibu!

Mkononi alikuwa na shoka dogo la kuchanjia nyama kwenye duka la nyama. Aliinua juu huku akipiga bisimilahi na kuangalia vizuri mahali ambapo alinizoea kulala. Alitetemesha mikono kisha akashusha shoka lake taratibu. Usiahi wa ghafla ulimshtua kisha ukanyamaza. Alijiambia moyoni kuwa kazi kwisha. Ni yakini kuwa kazi ilikuwa imeisha ila si namna ambavyo alidhani. Alidhani visivyo kabisa. Alikuwa amejidunga mwiba mwenyewe na mwiba wa kujidunga huambiwi pole eti!

Bi. Mausia alikuwa ametokea chumbani. Alikuwa na kurunzi mkononi. Alipofika mlangoni pa *Esimba* ya wanawe, alikutana na mto wa damu mlangoni pa nyumba. Alipiga ukemi mkali. Zuge alikuwa ameamka akajiunga na mamaye kuimba wimbo asiojua kichwa wala miguu yake. Kareni alikuja akajiunga nao pia kulahini kwa lahani mufti ya mbiu ya mgambo. Unyende uliwaamsha majirani. Wote walikusanyika ili kushuhudia yaliyokuwa yametokea. Si walisema eti kilio huanza na mfiwa ndipo wa mbali wakaja?

Damu ya mwanawe ilimdai na kumzungusha akili. Alibaki amechanganyikiwa. Shoka lake lilikuwa pale chini huku maiti ya mwanawe ikimkodolea macho na kumwambia 'baba asante kwa yale umenitendea'. Baba alikuwa ametoja ngeu ya mwanawe.

Polisi waliitwa. Baada ya muda mfupi, waliwasili wakamchukua yule maiti pamoja na babaye mzazi na muuaji wake. Maiti alipelekwa makafani naye muuaji akapelekwa korokoroni. Huenda alijutia jambo hilo, huenda hakujutia jambo hilo! Je, alifahamu kuwa alikuwa amemwua mwanawe? Mimi nilikuwa kwetu nikijitumainisha kuishi tena kesho! Mungu hamwachi mja na mcha wake! Nilikuwa kwetu kibandani nikiwazia juu ya mustakabali wa maisha yangu ya kesho. Naam, maisha ya kutumainia mema hasa!

Sura ya 4

Baada ya vitimbi na viroja vya mumewe Bi. Mausia, sikurudi kuishi kwake. Nilizidi kuishi ukiwani pale nyumbani. Naam, afadhali kuwa ukiwani na uhakika na yakini ya kuona kesho kuliko penye raha na roho mkononi.

Hapo mwakani, Bi. Mausia alitupeleka shuleni. Hakujali wala kubali tishio la mumewe. Alizidi kunikirimia na kuwa mwenye fadhili kwangu. Hakutupeleka shuleni sisi sote. Alinipeleka na mwanawe wa kiume. Alidai kuwa kitemo cha elimu kwa bintiye kilikuwa kimetosha kumtafutia mchumba. Nilisikitika moyoni ila sikuwa na lolote la kufanya. Nilifahamu kuwa Kareni alikuwa mwenye bidii za mchwa na mwenye kuipenda elimu lakini wapi! Yalikuwa ni ya kustaajabisha kumwona biti akisoma hadi shule ya upili.

St. Peters Natwana *Secondary School* ilikuwa kwenye mkabala wa zahanati ambayo babaye Zuge alikuwa akihudumu kabla ya mauko yake. Ilikuwa shule ya kutwa na ya mseto. Walikuwapo wanagenzi wa kila nui; walioumbwa adhuhuri, walioumbwa alasiri na walioumbwa machweo! Wote walikuwapo, kulingana na semi za vijana wakati huo. Mabinti kwa maghulamu, walikuwapo!

"Kucha hapa we *mono*!!" Mvuli mmoja alibwabwaja siku moja tu baada ya kujumuishwa shuleni humo.

Sikuyaelewa yale maneno, yalinigonga masikioni pasi kunipa maana yoyote. Kwangu mimi, nilielewa maana ya kucha kuwa ni wingi wa ukucha. Nao ukucha ni sehemu ya ncha ya chanda ambayo ni ngumu. Maana nyingine ni kupambazuka. *Mono* kwangu halikunipa maana. Lakini nilikumbuka mwalimu wangu wa Sayansi akisema kuwa ni moja; kwa hivyo, katika Kiingereza changu cha uchwara uchwara nilifahamu kuwa ni moja.

"Wacha kusupaa we kichana!! Niseme kucha hapa mara nkapi? Kwani we una masikio? Fanya chap chap!!" Aliendeleza hamrere hamrere zake.

Ghulamu huyo alikuwa amekula akashiba. Alikuwa na miguu na mikono iliyotutumuka misuli. Nywele zake zilikuwa matimtim. Nilimhurumia!

Nilimshikia mooni. Nilienda wanguwangu maana sikujua alichokuwa akimaanisha. Nilifahamu kuwa mambo yale yasiyo na mantiki yalikuwa yakielekezwa kwangu.

Alianza kuniuliza fedha za karo na akiba yangu akali niliyokuwa nayo. Alidai kuwa yeye alikuwa mhasibu wa shule hiyo. Alikuwa akiwahifadhia wanagenzi hela zao. Nilimpa hela zangu shilingi miteni za akiba nilizokuwa nazo. Kwa bahati, pesa za karo zilikuwa zimelipwa na Bi. Mausia mwenyewe. Sikuwahi kumwona wajihi wake tena, hadi nilipotoka kwa hiyo shule.

Aushi ilizidi kuwa chuma. Kila baada ya shule nilienda kwetu kibandani nilikostakimu pekee. Bi. Mausia alinitembelea mara kwa mara kunijulia hali. Nilivyozidi kukaa ndivyo nilivyozidi kuzoea. Mara nyingi kule shuleni, tuliosha vyoo. Tukawa matopasi wa kupanga wa shule! Japo hatukulipwa ujira wowote!!

Nilipata sahibu wenye kuogelea katika bahari iyo hiyo ya maisha. Tulikaa na kuongoana. Tulisisitiza uvumilivu maana tulimaizi kuwa mvumilivu hula mbivu.

Wanagenzi wengi walikuwa wakipangisha vyumba karibu na shule. Walikuwa wakilisukuma gurudumu lao la maisha papo hapo.

Sambaza alikuwa sahibu wangu wa karibu sana. Tulikaa naye na kushirikiana kwa lolote ije heri au shari. Alikuwa ghulamu aliyeipenda dunia nayo dunia ilimkumbatia kwa mikono miwili, na kumpenda pia. Aliipenda kwa damu yake yote. Alikuwa bunga asiyeweza kutunza penzi lake. Nalo penzi ni ua, hunyauka. Wasemao husema dunia ni mti mkavu kiumbe usiiegemee.

Mara nyingi baada ya skuli, tulienda kupumzika pamoja katika makazi yake. Vigoli wengi walipenda kupumzika pamoja nasi. Si warefu si wafupi si wanene si wembamba. Walifurika furi furi mithili ya nzi kwenye mizoga.

Sambaza alifanya nikajuana na kufahamiana na wengi. Wengi walijikarambua kujua nitokapo lakini hawakufaulu. Hawakuwa na wa kuwapasha, maana hata Sambaza hakuwa na habari.

Nakumbuka kuko huko kwa Sambaza ndiko nilikotungia shairi langu la ukiwa. Lilinigusa sana moyoni. Lilinikumbusha juu ya kipenzi mamangu Bi. Faida. Shairi lenyewe lilikuwa na ubeti ufuatao;

Kiokote nalalama, ukiwa umenifika,
Aushi yaniparama, madhila yamenifika,
Tumaini ladidima, hatimani sitofika,
Niauni Mola wangu, niepukane ukiwa.

Nilizidi kumenyana na maisha kama afanyavyo kelbu akiguguna nyama kutoka kwenye mfupa. Nilikuwa mara nikirejea kiamboni, mara nikilala kwa Sambaza.

Siku moja nilisikia mlango ukigongwa ngo ngo ngo! Nilipoufungua, niliwaona mabinti watatu wakiwa wamesimama tisti. Walishtuka! Nami nilishtuka! Huenda walitarajia wamkute Sambaza. Sikuwafahamu kwa majina bali sura zao hazikuwa ngeni! Niliwakaribisha. Tuliketi. Baada ya muda mfupi, Sambaza aliwasili.

"Mnatumia vinywaji vipi?" Sambaza aliwasaili.

Nilishangaa! Maana hakuwa ameanza kwa kuwasalimu.

"Huwezi kuwasalimu wageni ndipo uendelee?" nilimuuliza kwa unyenyekevu.

"Tulia! Wewe ndiye mgeni! Hawa si wageni," Sambaza alijibu.

Tulipiga soga huku Sambaza akiwa ameenda dukani. Vidosho wale walikuwa machachari kweli. Walikuwa na makeke kama radi; kila mmoja alikuwa na mtazamo wake maishani. Walikuwa katika mikondo tofauti tofauti kabisa!

"Mimi, enhee! Kitu ambacho nakipenda maishani nikimaliza masomo yangu ni kukaa na mume wangu baadaye nikiolewa. Mume ambaye ni wangu binafsi; *My husband*! Nimtunze na kumkidhia mahitaji yake yote. Almuradi, aridhike kuwa mimi ni mkewe asije akawa na jicho la nje," banati mmoja alikuli.

"Hee! Enhee! Ni lazima usikae karibu naye kila mara ndipo penzi liwe jipya kila siku. *You know*, kukaa pamoja kunafanya mnazoeana sana na kuwa kama *brothers or sisters!*" Mwingine alidakia.

"Hakuna siku jamani! Eti *brothers or sisters*! Damu ni nzito kuliko maji," alidakia banati wa kwanza.

"Ni hivyo kabisa!" alilonga mwingine.

"Hivyo vipi?" aliuliza wa pili.

"Penzi ni damu! Damu ya udugu hujuana!" Yule mwingine alinena.

Mimi langu lilikuwa jicho tu. Sikuwajua, sikuwaelewa wala sikuwafahamu. Nilifahamu tu, kuwa damu ni nzito kuliko maji.

Walipokuwa katika kuvutana na kutiliana huku na kutoleana kule, Sambaza aliingia huku akibeba chupa za soda. Soda zenyewe zilikuwa za Fanta *orange*. Aliweka bilauri mezani na kumimina soda kwenye bilauri zenyewe.

"Kwa rai yangu, mume atengewe wakati wake *special* na......"

"Lakini....lakini......ni wakati upi huo Banati?" Binti mmoja alidakia kauli ya mwenzake. Waliendelea kubishana na kuvutana. Kuvutana na kutiliana huku na kutoleana kule.

"Nadhani, mmmmh! Ni .... ni ......!"

"Nini ? Wakati upi huo?" alisisitiza mmoja wao.

Waliendelea kuvutana kwa masuala na maswali ya ndoa na nyumba. Sambaza aliingilia kati kwa upevu wake. Alichangia! Akachangia kwa ushupavu kama wanaoelewana. Waarabu wa Pemba hujuana kwa vilemba.

Niliondoka kidogo kwenda uani, kisha nikarejea. Walikuwa wangali papo hapo. Mawazo yalinishika. Nilianza kuwaza juu ya aushi yangu. Nilianza kumlaumu mama kwa kutonizaa katika ndoa halali. Lakini mtu aitwaye babangu alikuwa na masa zaidi. Kwa nini hakusubiri hadi aoe? Kwa nini kama ilikuwa halali kwake kufanya hivyo, hakunichukua pamoja na mama? Ama ni kama vijana wa siku hizi ambao hufanya mapenzi wakiwa shuleni kwa upofu kisha baadaye huambulia wana wasio na hatia? Hatimaye waja razini huwaita wana wenyewe eti wanaharamu! Haidhuru! Sijali sibali. Wanaoniita 'mwanasesere wa mama' wapo wapi? Mwanangu hawezi kuteseka maadamu ni hai. Atakayenizalia mwana bila shaka atakuwa mke wangu. Hata hivyo, ndoa ni hiari tu! Ni aula kupiga debe baada ya kuoa au kuolewa ili kila tokeo liwe halali!

"Kwa nini Mfanisi umenyamaza?" Banati mmoja aliuliza.

"Aiii! Binti, vipi umejua jina langu?" nilimuuliza.

"Aaah! Ninakujua! Wewe na Sambaza ni wamoja, nami pia!" Alinieleza.

"Nawe pia! Vipi?" nilidakia.

"Uliza Sambaza!" alinijibu.

"Hapana! Maadam midadi ipo, kwa nini tutumie mate kuandikia?" Nilikanusha.

"Sijakuelewa!" alilonga

"Basi wewe ni nani?" niliuliza zaidi

"Umeshawahi kulisikia jina Banati?" aliniuliza tena.

"Bila shaka. Si kulisikia tu, bali nalielewa kwa kina zaidi. Naam, banati ni kisawe cha binti kisawe cha gashi kisawe cha msichana, sivyo?" Nilimjibu kwa staha.

"Lo! Kiswahili unakijua. Ningekuwako kama wewe hivyo, ningeringanga sana! Watu hawazungumzangi Kiswahili kama wewe!" Mwingine alijibu.

"Sasa, 'ringanga na zungumzangi' ni maneno yapi?" Nilimuuliza kwa kukereka.

"Mimi ni msichana," yule binti aliendelea, "jina langu kamili ni Maliki Banati!"

"Nami ni Mfanisi Jungu," nilimwarifu.

"Lo! Majina kweli. Yanaonyesha uswahili wake!" mmoja wao alidakia.

"Naam, rejelea swali langu, kwa nini ulikuwa umenyamaza? Tangu tuje hukuwa umezungumza!" Banati aliuliza kwa mara nyingine.

"Ni kukuru kakara za maisha binti!" nilimjibu.

Baada ya mazungumzo hayo na mengine mengi, nilitoka nje kutabawali. Jua lilikuwa likiaga miti. Niliporudi ndani, nilitazama saa. Ilinihurumia na kuniambia kuwa hatukuwa tumeihudumia kwa muda mrefu. Banati aliangalia saa yake ya mkononi akaniambia kuwa ilikuwa saa thinashara. Tulitoka kuwaandisi.

"Mfanisi mtakuja kwetu lini?" Banati aliuliza mara tu tulipohitaji kurudi baada ya kuwaandisi.

"Kwenu! Kwenu kuna nini? Ni wapi?" Nilimuuliza kwa hamu ya kujua.

"Kutembea tu!" alijibu.

"Tutakuja. Acha nipange. Tutakuja. Mimi na Mfanisi. Usijali!" Sambaza alikatiza.

Tuliagana. Wale mabanati wawili waliondoka. Banati alisalia nyuma. Alinipa jibahasha kubwa ambalo sikujua lilikuwa la nini na lilitoka wapi. Nilipolichunguza vizuri, ndani mwake mlikuwa na waraka ambao ulikuwa umefungiwa. Sikuuliza chochote, japo kuuliza si ujinga, kuuliza ndiko kujua. Niliwaacha nikaondoka. .

Njiani niliingiwa na mshawasha wa kulifungua lile jibahasha, lakini nikadhamiria kuisomea ile barua nyumbani. Aliyeandika sikukisia ni nani.

Nilifika nyumbani kwa Sambaza saa moja machweo. Giza lilikuwa limetanda. Nililitupa mezani. Nilichukua maji kwenye karai. Nilichukua jiwe la kufagilia mbali majacha ambalo ndilo bawe. Niliingia hamamuni kukoga. Nilipomaliza kukoga, nikaandaa chajio. Wakati huo wote, Sambaza hakuwa amerudi nyumbani. Hapakuwa hata na dalili ya kurudi kwake. Wakati huo sikudhamiria kukiandika chakula mezani kwani subira huvuta heri.

Katika muda wa mapumziko na subira zangu, nililifungua lile jibahasha na kuikunjua barua. Kisha nikaanza kuisoma. Barua yenyewe ilikuwa hivi;

Kwa mwandani Mfanisi,

Pokea salamu nyingi kutoka hapa kwangu shuleni. Nina siha. Natumahi u mzima.

Tangu nilipokuona damu yangu ilinichachawa nikahisi kuwa nawe, nilikupenda mno. Ningali nakupenda. Nitakupenda daima maishani mwangu. Huku shuleni nimekuwa nikikukosa sana. Nimevumilia japo tukutane shule zikifungwa lakini moyo umenisukuma nikuandikie.

Ningali nakukosa sana japo daima nahitaji penzi lako. Nina uvumilivu jinsi ulivyoniahidi almuradi niwe nawe maishani. Kumbuka kulitunza penzi jinsi nifanyavyo kwa niaba yako. Changamoto hazitanipiga chenga ila tu wanitosha na kuniridhisha maishani. Mimi ni wako na wewe ni wangu! Niwapo nawe mimi nitaridhika na kufurahia maisha yangu!!

Tukutane tufungapo shule, tuje turidhiane mapenzi muhibu. Kwaheri!!

Wako mwandani,
Edith Bahati.

Barua hii iliyaibua mambo mengi maishani mwangu. Mosi, ilinifanya nimkumbuke Bahati. Msichana ambaye alikuwa na uluwa wake humu duniani. Alikuwa msichana mnyamavu na mwenye machachari kiasi. Alikuwa rahimu na mwenye haiba. Alikuwa mcheshi na damisi. Alikuwa msiri kama kaburi. Hakutaka mambo yake yawe meno ya ngiri.

Hakupenda kuwa mkia wa mbuzi. Alikuwa msichana tunu na nadra kupatikana, hasa katika hii dunia ya sasa na kileo. Aliyempata alikuwa amebahatika kama mtende.

Pili, barua hii ilifanya nikumbuke kariya yangu. Gange niliyoipenda na kuisharifu mno. Utunzi wa mashairi. Kariya ambayo nilifahamu kuwa ndilo tumaini la maisha yangu. Kipaji adimu ambacho nisingekilalia wala kukiamkia hata chembe. Nilikuwa tayari kukitendesha kazi.

Tatu, barua hii ilifanya niwazie wazo ambalo sikuwa nalo hapo awali. Uchumba! Uchumba ulikuwa mbali na mawazo yangu kama uhai na mauti. Almuradi, ulikuwa kama mvua ya masika jangwani. Nilikubali na kumwachia Mungu. Lakini nilifahamu kuwa kuchumbia si kuoa, huenda katika sayari nyingine. Nami mtima wangu haukuwa umewahi kuwazia wala kutumainia katika aushi ya kuwa na mke. Wangapi wameishi pekee aushini pasi na kuwa na wanawake?

Nne, waraka ule ulinikumbusha hayati mamangu Faida. Niliikumbuka siku ile alipokuwa mahututi. Bahati alikuwapo pia. Alinitolea hotuba ndefu ya mama mzazi kwa mwanawe lakini kumbe, tulinufaika sisi sote tuliokuwapo. Nina alinishauri juu ya kulitunza penzi langu. Ujumbe ambao ulikuwa umekaririwa na kuradidiwa na Bahati katika waraka wake. Niliomboleza. Machozi yakanilengalenga. Niliomboleza na kumwambia mama moyoni kuwa ipo siku tungekutana Ahera.

Tuliendelea kwenda shuleni. Bi. Mausia aliendelea kulipa njenje za karo. Alichunguza maisha yangu mara kwa mara. Aliyajali masilahi yangu. Uhasama kati yangu na mumewe uliokuwa umemsababishia kifungo baada ya kumwua mwanawe akidhani kuwa alikuwa akiniua mimi haukutia doa uhusiano wangu na Bi. Mausia. Hususan, Bi. Mausia alipogundua kuwa kumbe alikuwa akiishi na muuaji katika chumba kimoja. Aliwazia kila mara kuwa huenda shoka lingempata mwanawe Zuge naye asingekuwapo hivi leo. Alizidi kushika tama na kujihurumia namna ambavyo ilimjuzu kutuhurumia mimi na mwanawe Zuge!

Nilipoingia katika kidato cha pili, mambo yalibadilika. Bi. Mausia aliyekuwa rafiki na mhisani aligeuka kuwa paka aliyeachiwa panya kulinda. Aliyavalia mavazi aliyokuwa ameyavua wakati ule katika hayati ya mamangu mzazi. Alimpeleka mwanawe Kareni shuleni akajiunga na kidato cha pili. Bi. Mausia alipandishwa mbegu za chuki na uhasama kufuatia kifungo cha mumewe cha maisha. Alisikika akiwadokezea watu kuwa kama si mimi mumewe angekuwa huru. Hali hii niliilinganisha na mti uliokatwa ila mizizi na shina lake vikasalia ulipomelea. Baada ya muda na kupata maji kiasi, huchochewa na kuchipuza hatimaye. Kisha huota na kumea kuwa mti mkubwa kama awali. Walisema eti mwenye kovu simdhani kapoa.

Nilihamia kwa Sambaza kabisa. Nilisita kwenda kwetu nyumbani. Nilisita kwenda shuleni. Masomo yangu yalifikia hatima ya ghafla. Nikawaza namna ya kujiendeleza ila nikawa katika mtanziko mkuu. Nia ilikuwapo ila njia haikuwapo. Sikukata tamaa! Nilijua kuwa ipo siku ambayo ningefanikiwa na kuwa kama binadamu wengine.

Sambaza alienda skulini. Nami nilibaki pale pale. Sikuwa na jingine ila kutunga mashairi na kuyakariri. Mengine niliyatuma gazetini na mengine katika mashindano ya tamasha za muziki na mashairi.

Siku moja nilidurusu kwenye faili yangu. Nilikuta barua ya bahati. Niliisoma tena. Nilitafakari. Nilimwona Bahati kuwa msichana mwenye ubora na azizi maishani. Hakuwa na wa kulinganishwa naye hasa kutokana na uvumilivu na utulivu wake. Wakati huo alikuwa skulini akiuma vitabu kwa meno ya ubongo wake. Niliamua kumtungia shairi hili;

Usilalame Bahati, h'wenda Mola kajalia,
Akupe bila zingiti, huba langu vumilia,
Mapenzi niyathibiti, Rabana akijalia.

Siku zilienda. Shule zilifungwa. Bahati alirejea nyumbani. Tukashinda pamoja. Nilimpa lile shairi.

Ilikuwa siku ya Ijumaa. Wengi waliita *members day*. Baada ya shule kufungwa. Siku ile, joto lilikuwa jingi. Sambaza alikuwa amepanga tumtembelee mpenziwe Bahati. Kwa kuwa palikuwa na kitalifa kirefu kutoka tulipoishi, tulijipanga kuondoka mapema.

Nilikuwa nimevalia si nadhifu sana si chukizi sana. Almuradi, hata hasimu angeniona kuwa mtu wa kawaida.

Nilivalia shati langu la bluu hafifu, suruale yangu nyeusi, soksi zangu zile zile za kijivu na viatu nilivyoazimwa na Sambaza vyeusi. Sikujali. Sikufunga tai kwa kuwa sikuwa nayo. Nywele zangu nilizichana zikawa nadhifu. Nilijipaka mafuta aina ya *Amber* yatumiwayo kukama ng'ombe na mbuzi. Nilimfahamisha Sambaza tuondoke .

Sambaza naye hakuwa haba. Sikuambii alinadhifika. Alivalia suti yake ya kawaida nyeusi aliyoita *sunday best.* Ilikuwa vigumu sana hata mshonde kumkashifu. Tuliondoka asteaste. Tulishika njia ya kuelekea kwao Banati. Tuliatua miguu yetu kenye kenye, bak bandika bak bandua ! Tulikuwa tumejihami.

Tulifika kwao Banati. Tulikaribishwa nasi tukakaribia. Tulipiga gumzo. Tulizungumza! Tukazungumza! Tukazungumza kwa mapana na marefu kwa kuwa tulikuwa tumejuana vizuri.

Sambaza alikuwa ameinama kama kondoo. Alijikaza kuzungumza kila baada ya dakika tano hivi. Uso una haya ati! Fedheha za mahaba nazo zi ndani ya mboni za macho.

Kwao Banati lilikuwa jumba la fahari. Palionekana kuwa ni pa mtu aliyejiweza kimaisha. Mlalaheri hasa! Kila kilichohitajika kuyaboresha maisha alikuwa nacho. Lakini pia alizidi kung'ang'ania maisha bora zaidi! Basi kipi cha kumridhisha mwanadamu? Je, pesa zina hadhi yoyote? Je, uhai nao u wapi? Je, majumba makubwa makubwa yana raha ipi? Je, motokaa nazo huchangia vipi? Je, elimu nayo humfikisha mja wapi? Binadamu huwa na uhai akasaka pesa. Huenda shuleni kusoma kufa kupona na kujinunulia motokaa na kujenga majumba makubwa makubwa! Huoa wake atakao; mitara haswa! Lakini wapi? Haridhiki asilan.

Baada ya muda mrefu baba yake Banati aliingia. Tulishtuka sawia. Jicho langu lilikutana ana kwa ana na lake. Alitusalimu, akatukaribisha na kutuongelesha kwa muda kisha akaondoka. Alituuliza sisi ni akina nani na uhusiano uliokuwapo baina yetu na Banati. Banati alimfahamisha kuwa tulikuwa wanafunzi wenziwe ambao tulikuwa tumekuja kumjulia hali na kushiriki majadiliano kwa kazi ya ziada tuliyokuwa tumepewa shuleni. Nilitulia tu na kushangaa kwa kauli hiyo. Huenda babaye alikuwa mpenzi wa elimu ndiposa Banati akaamua kutumia elimu kumchanganya akili yake. Nilikuwa limbukeni pale!

"Banati, tunaomba kuondoka," nilikatiza kimya kilichokuwa kikitawala baada ya mzee kuondoka.

"Mwaondoka mwendapi?" aliuliza kwa mzaha.

"Tunaenda nyumbani. Unaona ni saa ngapi binti?" nilimjibiza.

"Saa bado!" Banati aliamba.

“Sambaza wasemaje?” Niliendeleza huku nikimtazama Sambaza. Sambaza alikuwa maji yaliyokuwa mtungini. Alikuwa ametulia kama maiti. Hakunyamaza wala hakusema.

“Sijui! Wewe amua basi!” alisema baadaye.

“Lau wewe hujui, basi najua. Tunaenda nyumbani sasa hivi! Kama wewe huendi mimi naenda!” nilikuli kwa mazingatio.

Sambaza aliona hana budi. Mkono usioweza kuukata ubusu. Tuliondoka na kuaga mama yake Banati. Banati alituandisi huku tukiwa katika andisi za kujua makazi ya kwao. Sambaza alikuwa mchangamfu. Kumbe usione simba amenyeshewa kwa mvua ukadhani ni paka. Kule chumbani alikuwa ameyakinisha methali ujanja wa nyani kuishia jangwani. Niliona kule kuwa jangwa lake ambalo lilimpa ugumu na pengine hakupata popote pa kuchupia. Sasa alizungumza kama redio huku akijikaramsha kweli kweli! Alikuwa amefurahi kwani alikuwa amepata matawi ya kuchupia kwenye pululu.

Ni ajabu kuwa, Sambaza aliaminiwa na mpenziwe. Hayo yalikuwa kawaida kwa vijana wapenzi! Lakini kwangu, nilimwona kuwa guberi wa mjini na kitatange mkubwa. Hakuwa wa kuaminika asilani. Alikuwa kati ya wale ambao wangemwambia binti kuwa wanampenda, ni yeye tu ilhali wapo zaidi waambiwao yayo hayo maneno. Mwenye macho haambiwi tazama mwenye sikio haambiwi sikia. Mwenye hekima .....!

Tulipofika karibu na nyumba moja kuukuu, tulishuhudia kiroja. Mwanamume mmoja alikuwa amevuliwa lebasi. Alikuwa na miraba minne na misuli iliyotutumka. Alitembea peku peku huku akipiga usiahi. Kama si pazia lake basi angekuwa kwa suti ya Mungu.

“*What......for......for......!*” alisikika akikuli maneno yasiyo na mantiki. Alikuwa akivuja damu mwili mzima.

Kisa hicho kilihaririwa kuwa walikuwa wakipiga maji katika nyumba ya mgema mmoja pale harani kisha wakashindwa kulipa tembo waliyoinywa. Kweli lilikuwa soko lenye sokomoko. Ajuza yule mwenye hamaki alikuwa amefungia yule bwana na mwingine chumbani mwake. Aliwaadhibu! Akawaadhibu! Akawaadhibu! Baadaye aliwanyang’anya lebasi zao kwa malipizi yake. Walipofunguliwa, mmoja alijitoma vichakani kujisitiri akabaki huyo kuwaonesha adinasi wenziwe hali yake pasi kutoza ada yoyote. Huenda alitaka huruma za waja ziujaze moyo wake na kuusitiri uso wake.

"Ataenda hivyo hadi kwake ?" niliuliza kwa jitimai.

"Afanye nini?" Banati alinijibu kwa kuniuliza swali jingine.

Wenye soni wana dunia yao. Mtu razini anawezaje kutembea nusu uchi sokoni? Pasi kujali wala kubali maumbile? Potelea mbali! Wenye dunia hao ! Nilikata shauri kutoinywa tembo. Nilifahamu kuwa kumbe ukinywa tembo unakuwa 'binadamu hayawani'.

"Unamjua yule aliyekuwa nusu rabana?" Banati aliuliza muda mrefu baada ya kutoka pale penye kiroja hicho.

"La simjui," Sambaza alikatiza.

"Alikuwa mkufunzi wa shule ya upili ya Walevini," Banati alijibu kwa huzuni.

"*What?* Eti alikuwa mwalimu? Mdarisi anywe tembo, avuliwe nguo na kutembea rabana rabana bila haya kama mbuzi?" Sambaza aliuliza kwa kutoamini.

"Ndivyo ilivyo! Alikuwa akifundisha Kemia na Fizikia!" Banati alidakia

"Sinywi ugimbi tena !" Sambaza alisema huku akiniangalia.

"Ndivyo ilivyo! Ugimbi una vituko!" nilidakia.

Wakati huo wote, mawazo yangu yalikuwa kwenye vile vitimbi. Mambo yaliyonistaajabisha ni kuwa, alikuwa mfunzi. Naam, mkufunzi wa Kemia na Fizikia katika shule ya upili ya Walevini! Huenda ndiyo hali iliyomsababishia ama kuacha kazi ama kufutwa. Sikuelewa!

Elimu humfaa kila mja katika maisha! Lakini vipi ikamtia mtu wazimu? Mtu husoma akafaidika! Je, na huyo naye? Wanawe hufikiria vipi. Wakimwona hivyo? Aliokuwa akiwafundisha nao? Mkewe ama mpenziwe nyumbani naye? Ama huenda ni mseja? Haya! Haya! Soni! Soni! Balaa! Balaa! Katika maisha kwa sababu ya ugimbi! Sinywi hata togwa mimi!

Nilifikiria juu ya taaluma. Nilichanganua na kuhakiki faida na hasara. Lakini faida zikawa lukuki. Waliovuta kasumba na kuvinywa vileo vingine shauri lilikuwa lao. Wameandikiwa kwenye kichopa kuwa 'Onyo la wizara ya afya, Uvutaji wa sigara unadhuru afya yako!' Maneno hayo hutafsiriwa kinyume? Uvutaji sigara unakuza na kuboresha afya yako.

Ni heri kwa kuwa wengi walifahamu na kutafsiri ipasavyo. Si walimu si wahandisi si wahazigi. Wasiokwenda shuleni walisema kuwa walivuta kusaidia fikira. Lakini wakikosa kufikiria leo na kesho watafikiria?

Wakikosa kufikiria mtondo na mtondogoo watafikiria? Wakilewa wataleuka tu!

Niliondoka na kuwaacha Sambaza na Banati. Walihitaji muda wa kuongea juu ya maisha yao. Kwani, huenda wangechukua mwelekeo mwingine. Huenda wangebadili mkondo wa maisha yao. Nilikuwa nimemshauri Sambaza kwa muda.

Baada ya siku tatu hivi, Sambaza alinidokeza kuwa Banati alikuwa amehimili. Alijaribu kumwacha kwa faragha lakini nikamshauri asifanye hivyo. Hata hivyo, sikuwa suluhu maishani mwao. Sambaza alikuwa na wapenzi wengi, huenda angefanya uamuzi mwingine.

Siku moja, tulitembelewa na mgeni kutoka Mwanza. Mji uliokuwa nchini Tanzania. Alikuwa kakaye Sambaza. Alikuwa amekuja Kenya nyumbani kutangatanga ili kumwona mnuna wake, Sambaza.

Nilimtazama kutoka utosini hadi unyayoni. Unyayoni hadi utosini. Niliona kuwa, ndiye aliyekuwa mtu tuliyeogelea naye katika bahari moja. Alikuwa karimu na mwenye moyo safi.

"N'tokako bana, maisha ni magumu. Waja wana balaa. Naona huku mna viteko bana!" Alitufahamisha usiku huo tulipokuwa katika gumzo.

Tulijuliana hali zaidi. Nilimfahamisha majina yangu. Naye alinifahamisha majina yake. Alikuwa akiitwa Holele Mjuvi.

Alikuwa kijana mfupi na mnene kiasi; si mweupe si mweusi almuradi alikuwa na rangi ya binadamu. Alikuwa mcheshi na mwenye tabasamu belele. Alipenda sana kuzungumza.

Tuliishi na Holele katika chumba kimoja. Mimi na mhisani wangu Sambaza. Ijapo hatukuhusiana kwa damu wala usaha na wao wawili, tulishirikiana kama ndugu wa toka nitoke.

"Dada zetu huku wana baa," alisema siku moja tulipokuwa tukitembea, "shaona! Wanavalia balaa tupu!"

Aliashiria banati mmoja aliyekuwa amevalia *micro-skirt*. Naam, walizoea kuita maikro sketi. Ilikuwa ikimfika mapajani huku sehemu nyingine za mwili zikisalia nje. Sehemu hizo zilitangaza uzuri wazo kwa kila aliyezitazama na kuzimezea mate ama kuzidondokea!

Sehemu za juu, alikuwa amevalia *blouse* nyingine fupi walioita *off-shoulders*. Ilikuwa sawa na kanchiri ama shati tao lililochanwachanwa vipande. Sehemu za kinena zilikuwa nje.

"Shaona! Uhaba wa nguo! *Material problem* eti," alimaka Holele.

"Si hivyo bwana. Hii ndiyo fasheni eti!" nilimjibu.

"*Fashion?* Fasheni ipi yenye kuonyesha sehemu zote za mwili vile?" aliuliza.

Niliona si vizuri kushindania mambo yasiyotuhusu ndewe wala sikio. Lau ni msiba, ulikuwa wao wenyewe. Mavazi yale yalikuwa yakichangia pakubwa katika ubakaji. Msiba wa kujitakia hauna kilio! Nao mwiba wa kujidunga huambiwi pole.

Sambaza alirudi shuleni kwa muhula mwingine. Alikuwa akirauka kila kukicha. Nami sikulaza damu, nilidamka kwenda kutafuta kazi za sulubu ilimuradi nipate riziki. Holele alishinda kiamboni. Nilifanya kazi za sulubu hadi malengelenge yakajaa kwenye vitanga vyangu. Nilijua kuwa ipo siku ningefanikiwa na kurejea shuleni kukamilisha masomo yangu. Ipo siku maisha yangekuwa mema.

Siku ya kurudi kwake, Holele alinisihi tuende naye Mwanza. Nilifurahi kwenda kuzuru nchi ngeni. Watu wageni, mambo mageni, kulikodaiwa kuwa na Waswahili. Nilifikiria juu ya kumkosa sahibu yangu Sambaza, nikahuzunika. Nilifikiria juu ya Bahati, machozi yalinilengalenga; karibu nikatae kwenda, lakini nilijikaza. Nikamwomba Mkawini amjalie neema na kumkuza vyema aushini.

Nilijiuliza maswali kadha. Nilimtafuta wa kuyajibu lakini hakuwapo. Ni nani angemweleza Bahati niliko? Nilipokuwa nikienda, tungekutana vipi na Bahati? Bahati angenichukulia vipi kwenda pasi kumfahamisha? Angenielewa kauli yangu? Ni muda mrefu ulikuwa umepita hatujaonana! Angesadiki kuwa tulikuwa haraka? Si atasema kuwa nilimtoroka? Si atasema kuwa nilisubiri aende shuleni ndipo nitoroke? Potelea mbali. Watu hupendana! Mwishowe hukosana! Watu hupendana! Wapenzi wao wakapotea! Huenda kwenye kifo au kokote kule. Mungu huwa na mengi! Akipanga huwa hapangui! Akiandika huwa hayafutiki hadi yatimie! Nao binadamu si milima, hukutana. Almuradi nikiwa mzima na mvumilivu naye vivyo hivyo tutakutana. Lau atakosea, shauri lake! Mwiba wa kujichoma....!

Mkururo wa maswali ulizidi kunitinga lakini sikuwa na jingine ila kusalimu amri. Nilijua kuwa kupitia kwenye mitandao tungewasiliana. Huu ulikuwa ubora wa utandarithi na utandawazi hasa! Kutufanya kuwa katika kijiji kimoja licha ya umbali katika uhalisia wake.

Usiku wa kuamkia siku ya kuenda Mwanza ulikuwa mrefu. Saa zilijikokota nao usingizi ulinipaa. Niliwaza jinsi safari ingekuwa keshoye. Nikaomba Manani lisije lolote la kupinga na kutibua safari hiyo.

Tarehe saba mwezi wa kenda mwaka wa 2013 ndiyo iliyokuwa siku yangu ya kutoka Kenya. Nilikuwa naenda kuzuru Mwanza. Tulijihimu na mhisani wangu. Tulienda hamamuni kwa zamu kukoga. Tulisebeha. Tulishika njia hadi kwenye stani. Watu walikuwa wamejaa sisisi, tayari kwa usafiri wao. Tulichukua gari aina ya Loliondo *Express* 1017. Tulipanda na kumpungia Sambaza mikono yetu sawia, kisha tukaondoka. Nilijua na kufahamu kuwa tulikokuwa tukienda kulikuwa kwema! Naam, kwema twendako! Matumaini yangu yalikuwa Mwanza Tanzania. Mwanza Tanzania kuliko na wema na imani ya kuishi maisha bora nikiwa na mhisani wangu Holele! Nilijitumainisha.

Sura ya 5

Mji wa Mwanza ulikuwa na wakazi wengi. Si wenye vituko na vitimbi lau miji ya Kenya. Mandhari yake pia yalikuwa safi. Hali ya hewa ilikuwa joto kiasi ukilinganisha na mji wetu wa nyumbani. Mazingira yalikuwa ya kupendeza.

Kule Mwanza ndiko nilikojulia mapishi ya pilau. Kwangu neno pilau lilikuwa baadhi ya maneno yaliyotiwa Kamusini kimakosa. Hayakuwa na maana asilan hadi nilipofumbuliwa macho nikiwa kwa Holele. Tuliandaa mara kwa mara, si pilau si birinzi si wali pukutee, almuradi vyote nilivielewa. Kumbe mchele mmoja mapishi mengi kweli!

Nilitangatanga Mwanza, jina langu likatangaa kila mahali katika vitongoji vya Mwanza. Nilikuwa na mengi ya kujifunza hasa!

Holele alinitafutia kazi katika hoteli moja kule Mwanza. Naam, Mfaki *Hotel*. Hilo ndilo lilikuwa jina la hoteli niliyohudumu nikiwa hadimu. Nilifanya kazi ya uhadimu kutwa nzima. Lakini usiku nilishinda chumbani nikitunga mashairi. Mashairi yangu mengi yalichapishwa katika gazeti la Taifa Leo nchini Kenya. Almuradi nilikuwa mzoefu na mwenye tajriba katika utunzi. Hilo lilifanya jina langu likanawiri na kuwanda mjini Mwanza licha ya kuwa wengi hawakumfahamu mhusika. Holele alimleta mchumbaye kila mara nikamfunza ushairi. Walikuwa wamechumbiana na kuaminiana na kukiri hatima ya ndoa maishani mwao. Alikolea na kubobea katika ushairi. Kinolewacho hupata!

Veronika; mpenziwe Holele alikuja mara kwa mara nimchambuliye mashairi ya akina Muyaka na mashairi ya Malenga wa Ziwa Kuu. Aliyapenda akawa mpenzi wa ushairi kweli. Nilipomfahamisha kuwa kitemo changu cha elimu kilikuwa kidato cha pili nchini Kenya, alidinda. Wakati huo, yeye alikuwa katika kidato cha sita.

Alikuwa binti mrembo. Si mfupi si mrefu. Alikuwa damisi na mwenye haiba. Si mweusi kama kizimwili si mweupe kama maziwa. Alikuwa banati mwenye pendo na mapenzi kwake Holele. Hakuwa mnene wala mwembamba, almuradi ungemwita mfuauji. Alikuwa kidosho nadra na tunu katika jamii. Walio naye hujitanua vidari na kujisifia. Watu hubahatika kweli. Mgalla muue haki mpe!

"*Waiter!* Nipe tai ya mkandaa," alikuli ghulamu mmoja siku moja nilipokuwa zamuni kwenye Mfaki *Hotel.*

Nilimletea. Nikamwandikia mezani. Alinichunguza kwa utuvu na utuo. Nilishangaa! Kinywa chake kiliashiria dalili ya kuwapo kwa jambo fulani. Dalili ya mvua ni mawingu eti! Nayo dalili ya ushehe ni kilemba.

"Wewe ni Mfanisi?" aliniuliza kwa sintofahamu.

"La! Si mimi!" nilimjibu.

"Nishaambiwa kuwa Mfanisi anahudumu hapa Mfaki," alisisitiza.

"Naam, hii ni Mfaki *Hotel.* Lakini Mfanisi ameondoka," nilikuli.

"Kwa nini? Pana shida ama tatizo?" nilimuuliza.

"Hapana! Mwambie aje tu anitafute!" nilikaulisha.

"Niachie ujumbe wake!" nilidakiza.

"Ndio huo nimekupa! Aje anitafute!" nilihitimisha.

"Akija mwambie anitafute!" alinena kwa msisitizo.

"Samahani bwana mkubwa! Ndimi! Kama kuna cha mno basi nifahamishe!" niliungama

"Kwa nini kunichezea?" alihamaki

"Niwie radhi bwana! Mambo mengine huwa si vyema kuungama vivi hivi tu!" nilimwarifu.

"Anayejishuku kwa maovu huwa haungami ovyo ovyo!" alikuli.

"Sivyo ndugu yangu!" nililonga.

"Ni vipi basi?" aliuliza.

"Hofu tu!" niliamba.

"Naomba kitambulisho kuwa ndiwe. Thibitisha tu!" aliniomba kwa taadhima.

Baada ya kuthibitisha kuwa mimi ndiye, tulipiga soga kwa muda. Tulizungumza kwa muda kisha akaondoka na kuniachia jibahasha. Juu lilikuwa limeandikwa hivi;

Kwa Mfanisi Jungu,

S.L.P 1986,

Mwanza, Tanzania.

Nililitazama. Nililikagua. Kisha nikaliweka mfukoni. Niliendelea na kazi huku nikijiuliza maswali mengi pamoja na masuala yaliyonikumba.

Baada ya kazi, niliondoka kwenda nyumbani. Nilikuwa nimechoka tiki, hata nzi angalitua popote katika mwili wangu angalinibwaga chini.

Njiani, niliyaona mengine yaliyonikumbusha vitimbi vya mji wa Kenya. Nilimwona rijali mmoja amevuliwa nguo. Alikuwa amebaki na kocho. Ngeu ilikuwa ikimchiriza chiriri kutoka sehemu zote za mwili. Sikujua sababu halisi, lakini fununu zilikuwa zimezagaa kama moto katika kichaka kikavu juu ya kisa hicho. Ilisemekana kuwa, alikuwa amefumaniwa na mke wa mwenyewe.

Kweli dunia haishi vituko. Nayo bahari haishi zinge. Mambo mengine huwa si ya kuchekewa bali ni kuhurumiana huku mkitafuta masuluhisho. Kenya kulikuwa na yayo hayo sababu zikiwa ni ulevi! Tanzania ni yayo hayo sababu ikiwa ni ugoni! Je, Uganda kunayo? Somali nako kunani? Nako Uhabeshi ni yapi? Au ni yayo hayo sababu zikiwa ni kunajisi na kulawiti? Je, nchi nyingine zimehalalisha usenge? Mume anaweza kumuoa mume mwenzake? Hutoshelezana kimaumbile? Hukidhiana matakwa? Heri wajinga kuliko wapumbavu maana ujinga huondolewa kwa kufunzwa na kufahamishwa ila upumbavu hauna dawa! Anayejua na akajua kuwa ajua yu heri kuliko asiyejua na hajui kuwa hajui. Aidha asiyejua na ajua kuwa hajui yu bora kuliko asiyejua na hajui kuwa hajui. Ishara ya dhunubu na kumkejeli Muumba huonekana kwa matendo ya waja hasa! Bahari ina mawimbi ila mawimbi hayawi sababu ya kutosafiri kwa vyombo vya baharini!

Nilizidi kuwaza juu ya kisa kile. Nilikilinganisha na mambo mengi ya uozo katika jamii. Binadamu alikuwa akipoteza urazini wake na kuingiwa na uhayawani. Nilipotazama, niliona kuwa hata idadi ya wake ilikuwa juu kuzidi ya wanaume. Ikawa hata katika jamii za kiafrika ni halali mume mmoja kuwa na wanawake zaidi ya mmoja. Lakini mitara ni ya nini? Ni mauti tu! Mapenzi hayagawanywi japo kwa dawa! Si hata walisema njia mbili zilimshinda fisi? Naye mpanda farasi wawili hupasuka msamba? Kuhudumiwa na marijali zaidi ya mmoja ni balaa! Kuhudumiwa na wake zaidi ya mmoja ni baa! Ni aula kuwa na mke mmoja maishani. Hisia za upendo huchipuka ndani ya keto za mtima. Nazo zikipenda hupenda mara moja, mpenzi mmoja na wakati mmoja. Moyo ni mmoja!

Nilipofika nyumbani, nilitulia kitandani machweo yale. Holele aliingia na Veronika. Holele alikuwa na uchovu mithili ya punda aliyefanyizwa kazi kutwa nzima. Kwa bahati, Veronika alikuwapo. Alikuwa ni mpishi bora ambaye angefaa katika hoteli za kitalii. Tuliridhika!

Siku ile, tulilala fooo! Hatukuwa na habari kwa yote yaliyotendeka usiku. Mimi nilikuwa nusu maiti au huenda kaputi mzima. Mtu angalinibeba aniweke kokote atakako usiku ule pasi kuzinduka. Holele naye alikuwa vivyo hivyo. Sijui Veronika alikuwa vipi katika chumba cha wageni?

Usingizi ni baadhi ya maumbile ambayo mja huridhika nayo pasipo kuuliza sababu zinazompelekea mtu kulala, kisha akaamka ifikapo macheo. Maumbile kama hayo, Mungu pekee ndiye awezaye kufumbua fumbo lake. Japo ni ishara ya kuridhisha kuwa wanadamu wote ni sawa; wawe Wayao wawe Wasukumu wawe Walangi wawe Waganda wawe Wakikuyu wote ni sawa. Ni wana wa Adamu, yaani wanadamu.

Nilipoamka, nilikuwa nimetahira mno kazini. Holele na Veronika walikuwa hawapo. Huenda walikuwa wameondoka nikiwa nalala. Staftahi ilikuwa imeandaliwa. Nilisebeha. Niliondoka wangu wangu kwenda kazini.

Siku ile, nilifunga kazi mapema. Nilirudi nyumbani kujipumzisha. Baada ya kubukuabukua kwenye albamu ya picha za Holele, niliamua kuisoma ile barua niliyokuwa nimepewa. Nililifungua lile jibahasha nikaanza;

Kwa Muhibu Mfanisi,

Pokea salamu chekwachekwa kutoka Kenya. Sina hali. Ningali nakusubiri kule ulikotorokea Mwanza. Tangu niarifiwe kuwa ulienda Mwanza, sikuwa na hali mpaka sasa. Nasubiri nione siku utakayojitokeza nikupige pambaja!

Nimehitimu masomo yangu, sasa nasubiri matokeo.

Tangu uende, visa vingi vimetokea. Hau yako Kisito anakutafuta uende shuleni. Kwa Bi. Mausia, mambo yalibadilika. Mumewe aliaga dunia kwa uwele katili akiwa korokoroni. Aliugua akakonda na kukondeana. Aliendesha kwa muda maji yakamtindikia mwilini. Ngozi ilimbambuka mwilini. Sasa hayuko! Hasimu yako hayuko! Damu ya mwanawe ilimwita!

Nakushukuru kwa utunzi wako murua, zidi vivyo hivyo.

Nimekuhulu mpenzi! Njoo nikuone!! Kwaheri ya kuonana!

Edith Bahati.

Barua hii ilinifurahisha na kunihuzunisha mno. Nilicheka kicheko kikanikauka, nikaanza kulia.

Nilikumbuka tulivyokuwa na Bahati katika darasa moja. Nililengwalengwa na machozi.

Nilikumbuka mumewe Bi. Mausia aliyekuwa hasimu wangu kwa sababu ya kumshinda mwanawe darasani. Bi. Mausia alikuwa amejitoa mhanga kunisomesha. Ningalikuwa nimehitimisha masomo yangu mwaka mmoja tu baada ya Bahati. Alinikatiza kwa kumpokeza mkewe uhasimu. Nilitorokea kwetu kibandani kisha kwa Sambaza, sasa Tanzania. Nilihuzunika. Nilikumbuka siku ya kifo cha ninangu. Hau Kisito alikuwa mzito wa kunichukua anikirimie. Alikataa katu katu! Nilisakini kwake Bi. Mausia, kisha kwa Sambaza hatimaye Mwanza Tanzania kwa Holele. Kumbe alikuwa amebadilisha nia yake na kutaka kunisomesha! Mui huwa mwema!

Visa vyote vilinihuzunisha mno. Nilipokumbuka azimio la Bahati, machozi yalinitiririka kama maji mferejini. Nilimwombea Mola amjalie mema katika kuishi kwake. Jalali amjalie mapenzi ya mtima wake.

Niliendelea kufanya kazi kwa bidii huku nikiweka akiba yangu akali. Ijapo sikuwa na azimio la kurudi nyumbani Kenya, wazo la kunitafuta kurudi shuleni lilinichochea kubadili mtazamo wangu na kuamua kurudi nyumbani.

Je, hau Kisito ananitafuta niende skulini? Alibadilisha nia na azma yake? Au Bahati ananichezea shere ili nirudi Kenya? Lakini hawezi kunipaka mafuta kwa mgongo wa chupa! Heri niende nihitimishe masomo yangu? Lakini nitampataje mjombangu?

Haya maswali na mengine yalinifurika kwenye fikira zangu. Kichwa changu kiliniwanga. Kilikuwa karibu kupasuka. Nilitaharuki! Nilishindwa hata la kusema.

Hela zangu nilizidi kuzigawa katika mafungu mawili. Moja, tulisaidiana na Holele katika sambasamba za kuyakimu maisha yetu. Fungu jingine niliweka akiba almuradi nipate nauli ya kurudi kwetu nyumbani Kenya

Siku moja baada ya shughuli za kutwa nzima, Holele alikuja na kadi za Harusi. Kadi hizi zilikuwa na mwaliko maalum. Kadi za ualishi kwa harusi ya mbasiye Holele. Ulikuwa mwaliko wa adhama kwake Holele. Sahibuye alikuwa akifunga akidi. Alikuwa akifunga pingu za maisha na mwendani wake wa moyo.

Tulijiandaa. Tukapanga pamoja na Holele na Veronika kuihudhuria harusi hiyo. Tulifahamu kuwa ilikuwa ni vyema kwenda kushuhudia hasa kwa mbasi kama hao ambao ni nadra na tukizi kupatikana kileo. Wasiopenda kusorana na kuishi mithili ya wakimbizi waliokimbizwa kwao.

Holele alikuwa amealikwa kwa taadhima ya usimamizi wa harusi ile. Pamoja na Veronika, walikuwa insi wanaofaa kabisa. Walifaa maana walikuwa vigezo vyema katika maisha ya vijana wa kileo.

Baada ya hiyo harusi ndipo niliamua kumtungia Bahati shairi hili;

Aisee maidia, we muana wa mapenzi,
U mweupe makisia, wazungu ni wako wenzi,
U muana mnyamavu, na machachari kiasi.

Chimbuko lako Eldii, Hurumaa kwa vidosho,
Ya mno sikuambii, nasubiri nije kesho,
Posa yangu sirudii, vumilia e kidosho.

Mkamba na Mkikuyu, umesetwa kiasili,
Babayo ni Mkikuyu, mama Mkamba asili,
Mwepesi ja mbayuwayu, gredi wani kiasili.

Bahati hurulaini, nakwombea wangu Mola,
Fikapo siku laini, uwe pema ukilala,
Uishi kwayo amani, na upendo wake Mola.

Nilituma lile shairi lichapishwe katika ukurasa wa mashairi kwenye gazeti la Taifa Leo. Nilikuwa na hakika kama mauti kwamba Bahati angeupata huo ujumbe, kwani alikuwa mpenzi wa ushairi.

Siku zilizosalia, tulienda kwenye duka moja la nguo pale Mwanza, tukapima suti yake nzuri ya harusi. Japo hatukuwa na fedha za kutosha, tulichangachanga hela katiti. Akiba yangu ya nauli ilifilisika.

Holele na Veronika walikuwa wamekiri kuoana. Holele alikuwa Myuka naye Veronika alikuwa Mkuyu. Ilikuwa vigumu wakati huo watu wa makabila tofauti kuchangamana kisha waoane. Wazazi wa Holele na Veronika walikuwa wamedinda huo uchumba. Walikuwa wakishikilia kikiki kuwa hawahitaji uchumba huo. Holele alidaiwa kuchumbiwa msichana mwingine wa kabila lake. Holele hakumpenda na moyo wake haukumhitaji. Aliridhika na mchumbawe Veronika. Waima cha moyo cha mtima.

Jambo hilo lilikuwa likiathiri jamii nyingi. Wengi; mabanati kwa maghulamu walikuwa wamejitia kitanzi. Madai yalikuwa yayo hayo ya kunyimwa haki ya kuolewa kwa wapenzi wao wa mioyo na kuwapa wapenzi wa aila na makabila. Hawakujua kuwa makabila ni asili na ni vitengo vya maumbile ya Rabana.

Kwake Holele, lilikuwa limemwathiri hadi akafurushwa na wazazi wake. Ndipo akahamia Mwanza Tanzania kwa mbasi yake. Alitafutiwa kazi akaanza kuishi na kujikimu kimaisha. Hakukata tamaa kumwoa Veronika. Alimchukua mpaka Mwanza.

Katika mtazamo wake, hakuona cha mno wazazi kushikilia kikiki mila zilizopitwa na wakati. Kumchagulia mtu mke au mume lilikuwa jambo ambalo halikuwa na nafasi katika kizazi cha utandarithi. Ni vigumu sana kumchagulia mja yeyote mke ama mume wa kumpendeza. Aliona kuwa mtu mzima aoe ama kuolewa kwa ampendaye. Si lazima awe wa kabila lake! Kuoa kwa misingi ya makabila huenda kulikuwa uzuzu na uhayawani wa upeo wa juu zaidi. Ukabila na unasibu haukuchangia kwa njia yoyote chanya katika maisha ya sasa.

Mungu alipoumba katika uumbi na uumbaji wake, aliweka ndoa kati ya wanadamu. Ndoa ni kitu cha aushi. Anapooa huwa amechagua mtu ambaye ataishi naye daima hadi mauti yawatenganishe. Ijapo hawakuhusiana kwa damu wala usaha ila mapenzi. Si kama ambavyo vijana husoana kwa mtajo wa kuoa au kuolewa ilhali ni kujaribu maisha. Yanapowasonga, wao hutengana! Kutengana kupi kwa binadamu waliofanywa vimada? Endapo hao ni wapenzi halisi, huwa hapana kutengana ila kuzungumza na kuelewana. Udhaifu wa mke hukamilika kwa mumewe nao wa mwanaume hukamilika kwa wa mkewe! Usipokamilika basi si chaguo halisi la ndoa na maisha!

Holele alipima suti. Alialika wapenzi na watu wenye utu kwenye harusi ambayo ilikuwa ikisubiriwa kwa hamu na ghamu. Watu wenye matumaini na kufahamu kuwa ndoa ni chanzo cha aila na maisha bora.

Maisha ya kuoa ni kama yai ambalo linatamiwa. Likisha viza basi! Likisha anguliwa basi! Halirudi kuwa yai tena. Linapoanguliwa hubadilika na kurejesha uhai ambao haukuwapo!

Mtu akisha mpenda banati wa kumwoa si Myuka si Mkuyu si Mkamba si Mrabai si Mhehe si Msukuma si Mganda si Mgishu basi! Wote ni wake, almuradi wana hisia za kike na kuna mapenzi kati yao na wachumba wao. Wazazi wakikuposea, si hao watakaoishi naye! Pana haja gani mume ama mke kuishi na mtu asiyempenda? Ni hali ya kuwafurahisha waposi wake? Ni nani atakayeumia maishani? Pana haja gani mtu kuishi na mtu ambaye hawakuzungumza wala kuelewana? Ni wazazi waliokuwadiana wenyewe? Patakuwa na ushrikiano wowote katika nyumba? Hata kama mshoni hachagui nguo; lakini mke ni nguo mgomba kuupalilia! Kuna nguo nyingine husitiri na nyingine ni za aibu! Kuna nguo nyingine hubana na nyingine hupwaya! Pana haja binadamu kuchagua nguo kwa makini! Mja awapo makini katika uchaguzi wake basi huwa chanzo cha tumaini la maisha yake. Holele alikuwa na matumaini makubwa katika chaguo lake.

Sura ya 6

Siku ya harusi, mambo yalikuwa sawa kama sahani na kawa. Watu waliingia na kutoka kwenye nyumba ya Holele. Ukumbi wa nyumbani ulikuwa umewameza ukashiba. Kule kanisani, kanisa lilikuwa limewatema wengine. Lilishakiri likateuka! Almuradi, kila mahali palifurika furifuri. Palijaa pamoni palijaa sisisi. Hapakuwa na pa kutema mate wala nzi kupita.

Watu wa kila nui walijumuika. Watu walishughulika katika pilka pilka za harusi ile. Nilikuwa nimechaguliwa na Holele kuwa *bestman*. Nilikuwa na kibuhuti kama mwasi, kwani ilikuwa mara yangu ya mosi kushiriki katika harusi kwa taadhima ile. Aghalabu nilienda harusini kuona wapambe na maarusi tu zaidi ya kunawa viganja vyangu.

Holele alipangisha magari ambayo yalitumiwa katika shughuli zile. Alikuwa japo na uwezo wa kujifaragua ili kupata magari japo mawili matatu hivi ya kuwasafirisha watu hapa na pale. Siku ile nilitembea lau mfalme katika sherehe za kumwoza mwanamize. Nilisafirishwa lau mfalme kwa utukufu wa ufalme wake.

Saa ilitimia. Tulipanda katika gari kuenda katika sambasamba zenyewe kanisani. Ibada ilikuwa ifanyike kanisani kisha sherehe zimalizikie nyumbani kwa Holele. Angalia namna ambavyo magari yalisafiri; asteaste kama kobe. Kila gari liliheshimu jingine. Kila gari lilitilia jingine pua. Dereva waliendesha lau ambao wamefunzwa katika chuo kimoja. Waama palipo na uratibu na usahali wa mambo haukosekani.

Tulipofika kanisani, watu walikuwa wamejumuika tayari. Kwa hamu na ghera walikuwa wakisubiri sherehe, washereheshaji na wapambe wenyewe wa hafla. Walikuwa wamevalia, ilmuradi ungesema kuwa ilikuwa siku tofauti. Si vipuli si mikufu si vishaufu si bangili si njuga si.….vyote vilining'inizwa kwenye mili ya wake na baadhi ya wanaume, ungedhani kuwa ni siku ya mashindano ya urembo duniani. Wengine walikuwa wamevalia minisketi na maikrosketi walizodhani kuwa zilikuwa na uluwaa na haiba fulani.

“Basi tuanze ibada rasmi! Tulieni! Tulieni! Tulieni!” mshereheshaji alituliza halaiki .

Saa nne kamili; wengine walisema saa nne juu ya alama, ibada ilianza. Mratibu aliwaita waimbaji wa nyimbo tofauti tofauti kenyekenye ili kusifu viumbe tafauti tofauti mbali na Mwenyezi Mungu. Walimsifu na kutukuza Muumba wao. Waliwasifu na kuwatukuza maarusi. Kisha waliwasifu wote waliohudhuria kushibisha macho yao. Waliimba nyimbo tamu tamu kwa mahadhi tofauti tofauti zilizowatoa nyoka mapangoni. Nyia hizo zilinifanya niwaze na kufikiria mengi. Sikutamauka! Nilikuwa na maono na moyo pia! Nilijua kuwa ipo siku.

Kati ya nyia zilizonivutia zaidi ni huu;

Holele na Veronika,
Leo hii mwaidhinika,
Kupendana yote miaka,
Daima hakuna talaka,
Penzi lenu kusimika,
Mioyoni kushikika,
Kwake Muumba Rabuka,
Abadi haiwi talaka!!

Wimbo huu ulikuwa na ujumbe mzito sana. Mosi, ni idhini waliyokuwa wakipewa; Holele na Veronika ya mapenzi ya ndoa. Pili, wimbo ulizungumzia juu ya talaka. Hapakuwa na talaka bora machoni pa Muumba. Jalali Jalia anapomjalia mtu na kumfanikisha katika ndoa basi huwa ni pingu za maisha hasa. Unasibu wa daima hadi mauti yamfikapo mmojawapo wa wana ndoa. Tatu, ni Rabana aliyewachagua kupendana. Si walisema eti mke aliumbwa kutoka kwa mume jamani? Mume yeyote hukamilika kwa mkewe naye mke vivyo hivyo. Watu wanapopendana basi huwa ni kukamilisha maumbile tu; ndipo maana waja wakaumbwa jinsia mbili. Wapendanao na kuhitajiana kwa namna ya kimapenzi wakiwa jinsia moja basi huenda ni laana watafutayo tu. Nilimpenda msanii mtunzi wa huo wimbo. Ningalimjua ningalimtuza!

Baada ya nyia, mlokole wa Mungu alikaribishwa kutoa nasaha za Mterehemezi. Alikuli kwa muda mfupi baada ya kusoma kifungu kutoka katika Biblia. Naam, alisema kuwa alisoma *Mwanzo 1:27-28*, kifungu ambacho kilizungumzia uhusiano wa mke na mume. Baada ya mafunzo na nyaadhi mufti, mhubiri aliwaunganisha maharusi na kuwafanya kuwa mwili mmoja. Kwa intidhamu, walivishana pete kwa upendo na ishara ya mkataba usiokatika daima.

Walibusiana na kukumbatiana bila kibuhuti wala kimuyemuye kadamnasi ya hadhira. Hii ilikuwa ishara ya kuondoa uoga na kuwajasirisha wahusika katika maisha yao ya baadaye. Ibada ya maabadini ilikamilika, kisha insi waliondoka msafara msafara hadi kwa Holele nyumbani.

Tulipanda katika matwana moja; bwana na bibi harusi pamoja nami, *bestman* na binti mmoja, waliyemwita *bestmaid*. Dereva alichukua muda wa nusu saa hadi nyumbani; mahali ambapo kutembea kungetuchukua dakika kumi. Sikuwa na jingine ila kuufurahia na kuuridhia mwendo wa maarusi.

Tulipofika kiamboni, adinasi walikuwa wamewasili. Ukumbi ulikuwa umeshiba. Walikuwa wakijipangapanga na kupanga ambavyo wangewakaribisha maarusi na yepi yangefuatia baada ya maarusi kufika na kuwasili kiamboni pao.

Tulipofika tulikaribishwa na kuingizwa kwenye kibanda kimoja kilichonadhifishwa lau ikulu. Alikuwapo kidosho mmoja aliyeshughulika sana na sambasamba za hapa na pale ukumbini. Alikuwa amevalia sketi nyeusi, blauzi ya madoadoa kama duma na miwani mieusi ya jua. Alikuwa mrembo kweli!

Nyimbo ziliimbwa, tuzo zikatuzwa kwa waliokuwa wakituzwa na kutunzwa. Baada ya harusi, Holele na Veronika walifunga virago vyao na kwenda katika fungate. Nilisalia pale nyumbani.

Siku moja, bibi mmoja alikuja kwa Holele. Alinipata wakati huo nikiwa pekee hapo kiamboni.

"Binti yangu yupo hapa?" aliuliza yule ajuza. Alikuwa amekonga na kukongeana huku akijikongoja kwa mkongojo.

"Binti yupi bibi?" nilimuuliza.

"Binti yangu! Si yeye aliyekuwa na shughuli nyingi hapa kwenye harusi yako akikushughulikia hapa na pale?" alikuli kwa ghadhabu.

"Mimi simjui! Jambo jingine ni kuwa sikufanya harusi yoyote!" nilimjibu kwa mazingatio.

"Una ujeuri kijana! Ujeuri ni kidonda! Tena si kidonda tu bali dondandugu; unakaa kama dachia anayehangaikia fahali kutimiza haja za kimaumbile!" Bikizee alilonga kwa mafutu.

"Tafadhali bibi kwa hisani zako acha kunitusi!" nilinyenyekea.

"Kumbuka ujeuri ni maradhi tena ndwele katili, usipotafuta tiba kwa matabibu basi utaangamia na ku….!"

"Mama! Mama! Mama! Nakuomba kwa fadhili zako. Mimi ni mgeni hapa Mwanza. Waliofanya harusi hawapo hapa; huenda wangekuwapo wangekufahamu. Wangemfahamu bintiyo pia. Mimi simfahamu hata sijawahi kumwona. Niwie radhi kwa hilo," nilimfahamisha.

Bibi yule aliridhika shingo upande. Aliondoka kwa mafutu. Yakini ni uchungu mja kupotewa na mwana aliyemzaa. Hususan kwa mama wazazi waliowabeba kwenye miji miezi tisa. Baadaye, wakawakopoa na kuwatunza. Uchungu wa mwana aujuaye ni mzazi, naye mama huwa mzazi wa kwanza.

Baada ya fungate, Holele na Veronika walirejea nyumbani. Niliwasimulia kioja cha yule bibi. Holele aliniambia kuwa, yule binti aliyekuwa amepewa shughuli siku ile ya harusi ndiye aliyekuwa bintiye yule bibi. Walistaajabu waliposikia kuwa alikuwa amepotea. Huenda alisorwa! Sijui! Hakuwa amerejea kwao baada ya harusi. Huenda alikuwa ameenda katika fungate pia!

Niliwaza juu ya viroja vilivyokuwa vikitokea mara kwa mara. Niliwaza juu ya banati mmoja kule Kenya aliyekuwa akitafutwa na wazazi wake baada ya kuhudhuria mazishi ya mhavile wake? Alipotelea wapi? Alisorwa? Vipi insi anaweza kwenda kuomboleza kisha akaamua kupotea? Si huo upotovu wa ubinadamu na hali halisawa ya urazini? Kwani nikaha na nyumba vilikuwa vikikimbiliwa vipi hata kupotosha maadili? Mja aliyeadilika hawezi kuolewa wala kuoa kwa namna ya kusorana, aidha katika mazishi ama maombolezo ama harusi ama sherehe zozote zile! Almuradi atajisitiri katika ubinadamu na uvumilivu ili achumbiwe na kuozwa waziwazi bila kificho kwa adhama ya wazazi na wakubwa wake. Waima, mvumilivu hula mbivu na baada ya dhiki faraja.

Maisha yalikuwa yamegeuka kaka tupu la yai. Ombwe kwa ubinadamu na kuukaribisha uhayawani belele.

Nilipumzika kwa muda wa juma zima. Holele aliporejea, nilikuwa ndio mosi narudi kazini. Niliendelea kufanya kazi pasi kuchoka. Mchumia juani hulia kivulini naye atafutaye hachoki, akichoka keshapata. Muda ulipozidi kuenda ndipo nilipomaizi kuwa kukaa katika chumba kile hakukunifaa. Mimi sikuwa nimeoa, wala sikuwa na mpango kama huo.

Holele alikuwa ameoa. Haikupendeza abadan kataan mimi kuishi naye katika chumba kimoja. Kuishi na mtu na mkewe katika chumba kimoja ilionekana kana kwamba ni soni na ukosefu wa heshima na busara. Niliona haya! Binadamu ana soni!

Nilianza kusisitiza kurudi Kenya lakini Holele na Veronika walinikanya kwa kalima moja. Waliniambia nisubiri mosi japo walifahamu na kuelewa kuwa ngojangoja huumiza matumbo.

Niliamua kupangisha chumba kimoja ambacho ningekigharimia mimi binafsi. Hapakuwa na kitalifa kirefu kutoka kwake Holele. Nilistakimu mumo humo chumbani. Gharama ya aushi ilipanda. Nilikuwa nikilipa renti kutoka kwenye hela zangu nilizokuwa nikilipwa. Mbali na renti, zilihitajika njenje za kununua vyakula na mavazi. Nilibaki na akiba kidinya ambayo isingekidhia japo nzi matilabaye. Haikuridhisha!

Siku moja shangingi mmoja alinitembelea mle chumbani. Ilikuwa ni wikendi nami nilikuwa katika uraibu wangu. Alikuwa amevalia blauzi moja aliyoita ama *top* ama *off-shoulders* ama *blouse*. Sikupendezwa naye! Nilibaini kuwa chema chajiuza, kibaya chajitembeza na uzuri wa kuyu ndani mabuu.

"Vipi dada? Mbona hivyo?" nilimuuliza.

"Hivyo vipi?" aliniuliza kwa mzaha.

"Umevalia shida tupu!" nilimchimba.

"Shida vipi?" aliuliza.

"Mwili mzima nje!! Kwani ule......!"

"Eti! Hizi si nguo bana?" alidakia.

"Nguo shida! Yaani zinaonyesha shida na balaa tupu!!" nilisisitiza

"Vipi sasa! Si unikaribishe ndipo u….!" Hakumaliza kauli yake.

Nilimtazama. Nikamhurumia! Nguo zile zilikuwa matatizo sugu. Zilikuwa na usugu wa aina yake. Usugu uso kifani. Zilimlazimisha mtu kufanya zitakalo. Lau hazitaki uchutame basi; ndivyo hivyo!

"Karibu dada! Usivae hivi tena !" nilimkaribisha.

"Hivi kuna nini?" aliuliza kwa kujitia hamnazo. Kuna mambo! Mambo! Mambo! Mambo lufufu! Mambo belele ! Mambo sufufu! Mambo…!" Nilimjibu kwa dukuduku na uradidi wa kutilia mkazo.

"Kama yapi?" alisaili.

"Mosi zinakunyima starehe. Starehe za kutembea, starehe za kukaa, starehe za kusimama starehe za kuinama; zote ni baa na balaa tupu!

Pili, zinakudunisha bali hazikudumishi daima! Ubinadamu unakutoka ukababakiwa na uhayawani. Tatu zinasisimua hisia za mahuluku wa jinsia tofauti tofauti na….!"

"Enhee! Kwa nini wasisimkwe? Si kila mja ana shughuli zake?" alinikatiza.

"Ni maumbile binti! Ndiyo maana Muumba akaumba jinsia mbili. Tofauti na wanyama ni kwamba wanadamu husikizana kwa maongezi!Na kusikiza……!"

"Husikizana juu ya nini?" alidakia.

"Maumbile na utimilifu wake. Kumbuka kusisimka huko ndiko kumehuluku 'wanadamu wanyama'. Wanalia wanabakwa, wanalia wananajisiwa! Je, hawajui sababu? Ni vigumu sana paka amwone panya kisha atulie katika makazi yake akiwa paka. Atabadilika ghafla na kuwa chui! Lazima atatia juhudi kuhakikisha kuwa anampata japo kwa msisimo. Msisi….!"

"Umenena! 'Japo kwa msisimo'. Ni ukweli usiopingika!" Alinikatiza kwa mara nyingine.

"Paka hashibi kwa wali matilabaye panya," niliendelea, "ndipo unaona ujimbi umewatoka majimbi na kuwaingia insi!"

"Hotuba yako ni ya ufanisi na ukweli kabisa, japo mafumbo belele. Ni lazima binadamu awe na mwenziwe wa jinsia tofauti. Mtu aombapo usuhuba kwa taadhima na nidhamu kwa umri unaofaa, pana uwezekano wa kuruhusiwa ama kutoruhusiwa! Aruhusiwapo aridhika na usuhuba huo! Nia igongapo mwamba aridhike na hali ilivyo! Ndipo mimi hupenda watu lau……"

Alinyamaza kwa muda. Nilisubiri aendelee kuzungumza lakini alinitazama tu na kutabasamu, huku akiyarembua macho yake. Huenda alikuwa na jambo lililokuwa akilini mwake likilewalewa. Moyo wa mwanadamu ni msitu!

"Naam," niliendelea, "aombapo kwa nidhamu na intidhamu! Hutegemea anachokiomba na kwa wakati anapoomba. Utu uzima na watu wazima! Mahali pia huathiri matokeo ya uombezi wenyewe. Huwezi kuomba staftahi machweo! Je, waweza kuuzia bidhaa zako hasa hasa vyakula msalani? Kila suala lina mandhari yake ya utendaji na utendekaji! Hata kama kitendo chenyewe ni halali kwa yeyote yule; lakini mahali penyewe si halali! Maadili hufaa kwa adinasi aliyeadilika.

Endapo binadamu watakosa maadili, patakuwa na utofauti upi kati yao na wanyama? Wanyama ni hayawani yani hawana haya! Umri mkovu huwa kigezo kikuu. Huwezi ukayachuma matunda mabichi na kutazamia kuyala pasi athari zozote. Tumbo litakuendesha! Tumbo litakusokota."

"Lakini utovu upi wa nidhamu mke akimkidhia mumewe matakwa yake?" aliuliza.

"Matakwa yapi?" nilimuuliza.

"Matakwa ya mke kwa mumewe na mume kwa mkewe!" alijibu.

"Hayo ni maumbile ambayo Rabi aliyaweka na kuandamiza maadili. Maadili ndilo jambo muhimu hapa. Kitendo chochote hakiwi kibovu wala haramu kinapotekelezwa vifaavyo, mahali pafaapo na kwa wakati ufaao," nilikuli.

"Ni maadili pia kukidhiwa matakwa yako!" alilumba.

"Matakwa yapi? Wakati upi? Mahali papi?" nilihitimisha.

"Tuyaache hayo," alisema huku akitoka kwenye kibago alipokuwa ameketi. Alikuja na kuketi kwenye kitanda karibu nami.

"Ah! Una nini?" nilimuuliza.

"Hapo sijisikii!!" alinijibu.

"Kwani ukizungumza hujisikii?" nilimtania.

"La, nahisi kukaa karibu nawe," alisema.

"Mimi sihisi! Nina maadili!" nilimwarifu.

"Naomba uniku….!" alilolama.

"Ni ku…….nini?" nilitaka kujua.

"Unikub…..unikumb….!" Hakuendeleza kauli yake.

Tulizungumza na yule banati kwa muda mrefu. Alizidi kunishawishi kimapenzi lakini nilidinda. Sikumjua. Hakunijua. Aliamua kuniambia jina lake kwa hiari. Kwa kila namna alinishawishi nimweleze jina na nilikotoka; lakini nilidinda. Aliniahidi kurudi siku ya pili. Nami nilimweleza kuwa nisingekuwapo. Nilimtazama. Nilimkumbuka Bahati na mamangu siku ya mauko yake. Nilifahamu kuwa usiache mbachao kwa msala upitao. Aidha, uzuri wa kuyu ndani mabuu.

Aliondoka. Nilifunga mlango kwa kufuli. Niliondoka kwenda kwa Holele. Nilipofika, nilimkuta Veronika uani akijipumzisha. Alikuwa akisoma riwaya ya Kufa Kuzikana. Alikuwa mpenzi wa fasihi kweli. Nilikuwa nimemchochea kiwango kwamba alikuwa ameamua kwenda kusomea Kiswahili chuoni. Nilishinda naye hadi Holele aliporejea kutoka kazini. Ndio mwanzo alikuwa akijiandaa kwa kozi yake chuoni.

Nilikaa kwa Holele hadi chajio kilipoandaliwa. Tulikula pamoja, kisha nikaamua kurudi kwangu. Kabla sijatoka, Holele alinipa bahasha. Niliikaguakagua ile bahasha kwa makini kisha nikaiweka mfukoni.

Baada ya gumzo na shughuli zote kwao marafiki na wahisani wangu niliondoka kwenda kwangu. Njiani nilistaajabu. Niliona vitimbi vingi. Vijana walikuwa wamesimama jozi jozi. Walikuwa jinsia tofauti tofauti. Vimo na unene sikutaswiri. Walikuwapo si wembamba si wanene si warefu si wafupi. Nilitafakari!

Kwa nini vijana kama wale wakati kama ule kuwa mahali kama pale? Sikupata jibu. Huenda walikuwa wamefukuzwa makwao! Huenda walikuwa wakisherehekea! Lakini kusherehekea kupi gashi na mvuli, gashi na mvuli, gashi na mvuli? Kwa nini wakawa kando kando ya barabara? Tena kwenye giza totoro? Jambo usilolijua ni kama usiku wa giza! Nililewalewa kwenye mawazo ya suintafahamu.

Niliambua nyayo zangu kwenda zangu. Niliwapita lau upepo. Wengine wakaniita kwa mbinja; wengine kwa makofi! Moyo ulinirindima kama moto katika kichaka kikavu.

Nilipofika chumbani mwangu, niliwasha taa yangu ya kibatari. Niliketi kitandani. Niliirarua ile bahasha na kuanza kuisoma kwa sauti kana kwamba kunao niliokuwa nikiwasomea. Ilisema hivi;

Kwa Mfanisi Jungu,

Pokea salamu kutoka hapa nyumbani. Ni mzima kama kigongo. Natumahi pia nawe u na siha zako.

Kwanza naomba msamaha kukutenda kinyama, niliamua kukusomesha lakini mume wangu akanipokeza uhasidi nawe. Alikuwa chui kasoro mkia!! Naomba msamaha mara miteni.

Nimekuwa nikikuhitaji sana ingawa ni mimi chanzo cha wewe kwenda Mwanza. Naomba urudi tuzungumze. Tangu yule hasidi yako kufariki dunia nilitafakari juu ya uzuri wako na hayati mama yako nikaona ni vyema uje tuzungumze. Nina mambo muhimu ya kukuelezea. Pamoja na hayo mimi na mjomba wako Kisito tumeamua urudi shuleni usome.

Bahati naye amekutafuta mno. Anasema anakusubiri uje, sijui ana nini nawe!

Fanya juhudi uje!!
Bi. Mausia Chumo.

Barua hiyo ilinikumbusha mambo lukuki. Mosi, nilitafakari juu ya msamaha wa Bi. Mausia, nikaukubali shingo upande. Aliyeumwa na nyoka akiona nyasi hushtuka. Hakuwa karibu nimweleze lakini nilimwombea Ghafuri amghofirie dhambi alizokuwa amezifanya kwa kutubu na kugeuka tena.

Nilikumbuka mume wake Bi. Mausia alivyokuwa hasidi yangu hadi akamwua mwanawe akidhani kuwa nilikuwa mimi kumbe sivyo! Sasa alikuwa hayati kutokana na Bi. Mausia mwenyewe. Nilimwomba Manani angesalia hadi abadilishe nia yake ya kuniua na kutubu kwa mauaji ya mwanawe: lakini kumbe nilikuwa nimetahira mno. Chelewa chelewa utamkuta mwana si wako nao uamuzi wa Mola haukosolewi. Kazi ya Muumba haina makosa!

Yaliyonifanya niwaze sana ni ya kuzungumza na Bi. Mausia na kutafutwa na Bahati. Hakutaja kiini cha Bahati kunitafuta naye kunihitaji. Hakugusia hata chembe. Alisema tu 'Bahati naye amekutafuta' naye akasema 'uje tuzungumze'.

Kwa nini Bahati kunitafuta? Si ajua vyema niliko? Naye yule bibi ana nini? Mazungumzo yapi hasa ? Kuna mambo gani ya kuzungumza naye? Ama yote haya ni ya Bahati? Huenda Bahati ndiye kisababishi?

Yawezekana amepitia kwake Bi. Mausia ili niende haraka? Potelea mbali! Bahati anajua uhusiano uliopo baina yangu naye kuwa ni wa kidugu; mengine tunamwachia Muumba. Naye Bi. Mausia shauri lake! Siwezi kwenda kuzungumza pasi malengo na azma. Ndiye aliyeweka uhasidi nami kwa sababu ya mumewe. Lakini nitaenda Kenya tu kwa shauri moja. Nitaenda kutafuta Kisito mjombangu. Tena nikimpata heri maana nitarudi shuleni kusoma.

Keshoye, nilirudi kwa Holele. Tulipanga siku moja ya kurudi Kenya ijapo Veronika hakupenda. Ilinibidi. Sikuwa na budi. Siku tuliyokuwa tumeafikiana ilinikuta hospitalini. Niliugua kwa muda wa mwezi mzima. Hela zote zilitumiwa kwa matibabu yangu. Maradhi yalinithakilisha. Yaliitibua safari yangu. Yakanicheka kwa kebehi! Yakakatiza matumaini yangu; ijapo sikukata tamaa kwa kuwa nilikuwa ningali na pumzi zangu lau mbili tatu hivi za kunifikisha Kenya. Nilitumainia kurudi Kenya kuendeleza masomo yangu!

Sura ya 7

Nilipopata siha, sikukata tamaa kurudi Kenya. Nilikuwa tayari kurudi Kenya. Lakini sikuwa na chochote. Ndwele zilikuwa zimeifilisi akiba yangu kichele. Kazi niliyokuwa nayo awali nilikuwa nimeiacha siku ile. Nilishindwa kuendelea kuishi pekee; maana nisingejikimu mwenyewe. Nilirudi kwa Holele kustakimu naye.

Holele aliniarifu nisubiri baada ya mwezi anitafutie lau nauli pekee. Kweli, alikuwa mhisani mwema na mfadhili wa moyo. Rafiki wa dhiki na ndugu wa kufaa na kufaana tusiyehusiana kwa damu wala usaha. Wajuao Kiswahili husema udugu si kufanana ni kufaana. Lakini kumbe kufaana kupo hata kwa mbasi wa dhiki!

Kuna watu waliofikiria kuwa kuwasaidia mahuluku lazima wawe na mali mengi. Hawakujua kuwa mambo ni kikoa na kutoa ni moyo; walioamba wakasema si utajiri, kuwapo kwa mali au la. Binafsi, niliungana na wale walumbi wa awali kuwa kutoa ni moyo usambe ni utajiri. Kuna wenye mioyo, ila wengine huwa na mawe vidarini mwao. Hawana mioyo abadan. Endapo waja wote wangalikuwa na mioyo, kusingalikuwa na madhila duniani. Ni yakini kuwa kila mja huwa na shida zake, japo awe na ngwenje kama nyota angani. Wengine hutatizika namna ya kuzitumia njenje hizo; wakiimiliki dunia nzima, hutatizika pahali aula pa kujenga na kustakimu. Shida na baa ni kukicha na kukichwa!

Ni shani kuwa watu wengine huwa hawaridhiki hata na wahibu wao. Wangaliridhika wasingalikuwa na wake wenza na waume vimada. Yakini ni kwamba umpendapo mmoja akose kuuridhisha moyo wako, hata wa pili ataogelea katika bahari iyo hiyo! Maana, waume na wake wote ni sawa. Tofauti ni akili na busara ya kila mmoja. Tofauti ni rangi za mwili na kizimwili. Tofauti ni maumbile na kujitunza!

Tofauti huwa maumbile tu! Kuna tasa na wasio tasa! Kuna wagumba na wasio wagumba! Lakini hata wengine hujitakia utasa au ugumba kwa kuwa visababishi vikuu maishani mwao! Waama shida na madhila ni hatua ulimwenguni japo mabaa ya kujitakia huwa machungu zaidi ya yanayowafika waja ghafla! Binadamu anapokosewa au kukabiliwa na shida leo, huenda kesho akatatua, kesho kutwa akawa na nyingine kisha mtondo akawa na nyingine kisha mtondogoo akatatua. Hayo ndiyo maendeleo aushini leo hadi kitojo.

Baada ya mwezi ule, Holele alikuwa amepata hela. Alinipa kichele za nauli. Tulipanga niondoke usiku wa siku ya tatu. Siku zile zilionekana lau miaka thelatha kwangu. Tulivutana huku na kule hadi tukakubaliana niondoke siku ya thenine mchana. Niliona kuwa huenda kingalitokea kingine cha kuitibua safari yangu. Nilikesha zile siku mbili nikiomba dua yangu ya dhati na himdi. Almradi, ifike siku ya ndovu kumla mwanawe.

Siku ile nilijihimu. Nilienda hamamuni kukoga. Nilikuwa na sabuni ya *lighter* na dodoki. Nilipomaliza kukoga, niliandaliwa staftahi na Veronika. Tulisebeha kwa pamoja maana huenda hicho kifunguakinywa kingalikuwa *last supper* pamoja na wahisani wangu.

Niliondoka kwa ruhusa ya wahisani wangu; Holele na Veronika. Waliniandisi hadi kwenye stani. Tulipofika daladala aina ya Tumaini *Express* 305T iliwasili. Niliingia humo nikaabiri kwenda Kenya. Mwenda tezi na omo marejeo ni ngamani.

Holele alinitazama kwenye skrini. Alikuwa na majonzi na machozi michirizi michirizi. Nilipomtazama Veronika, machozi yalikuwa yakimpukutika puketee kama ngamia. Niliwaza jinsi alivyonisihi nisirudi Kenya; nikahuzunika!

Matwana iling'oa nanga. Sikusita kuangalia nyuma hadi tulipopinda kwenye gurufa. Nililengwalengwa na machozi. Niliomboleza na kusikitika moyoni. Kutengana kuna ghamu.

Mle garini, niliketi karibu na mama mmoja. Alikuwa si mweupe wala mweusi, unene wake na wembamba sikukisia. Nililolifahamu ni kuwa alikuwa na moyo; hakuwa na jiwe kifuani!

Watu waliendelea na gumzo zao huku wakistarehe kwa kumumunya pipi na bazoka. Kwangu, hizo zilikuwa starehe za paka kunawia mate yake au za punda kuogea vumbi.

"Unatoka wapi 'papa'?" Bibi yule aliniuliza.

"Natoka Mwanza mama," nilijibu baada ya kutafakari yale maneno yake.

"Mwanza ni 'kwenyu'?" aliuliza.

"Hapana! Kwetu ni Kenya," nilimjibu.

"Upande gani 'papa'?" alizidi kunichimba.

"Upande wa Moi's Bridge, karibu na mji uitwao Kitale," nilidakia.

"Ulikuwa umeenda kufanya nini Mwanza?' Alinisaili kama askari.

Nilimtazama. Nilijishauri kukatiza mazungumzo yale. Moyo wangu ulinisihi nishirikiane naye.

"Nilienda Mwanza kumtembelea rafiki yangu." nilimjibu baadaye.

"Sasa unaenda 'kwenyu'?" aliniuliza tena.

"Ndivyo mama," nilimjibu.

"Sawa. Mimi pia ni wa Kenya! Ninaenda kwangu. Nilikuwa nimeenda kwa harusi ya dada yangu ameolewa huko 'Tanchania'. Kwangu ni Mospridge hata mimi!" Alinieleza kwa muhtasari usuli wake.

Nilifurahi moyoni. Nilifahamu kuwa nimempata tutakayeandamana pamoja .

"Ukifika nyumbani 'utawasalamia wasasi'!" aliniarifu baadaye.

Sikuthubutu kumdokezea kuwa sina mzazi hata mmoja. Nilikubali na kutulia kusitisha chilumbo.

Tulipomaliza kuzungumza, nilishikwa na lepe zito la usingizi. Nilipozinduka, kondakta alikuwa akidai halali yake. Yule mama alizitoa darahima zake akampa. Utingo alitoa idadi ya nauli yake kisha akamrejeshea sazo. Ilikuwa ni zamu yangu.

Nilipiga mkono kwenye mfuko kutafuta hela lakini sikupata. Holele alikuwa amenipa shilingi elfu moja taslimu za Kenya; noti moja tu. Nilikuwa na shilingi zangu tano za ziada. Nilikuwa na jumla ya elfu moja na tano. Lakini sasa! Hazikuwa! Nilipiga mfukoni mara ya pili na hata ya tatu kuthibitisha. Hazikuwemo! Nilikuwa nimebaki na shilingi tano. Zile nyingine; noti moja ya elfu moja, sikuiona.

"Toa 'mbesha' zako kijana! Unachelewesha kazi!!" alikuli yule utingo kwa hamaki.

"Nilikuwa nimezihifadhi kwenye huu mfuko, lakini sasa sizioni," nilitoa kauli yangu.

"Eti? Unacheza ama unazungumza?" aliniuliza kwa ghadhabu.

"Nilikuwa na shilingi elfu moja na tano? Nimezipata tu shilingi tano! Sizioni nyingine! Sijui zimeenda wapi!" nilijitetea.

"Mmmmh! Unacheza ! Omba *Mwathani* wako !" alikuli.

Alizidi kunikazia macho. Aliacha kuniuliza maswali akaendelea na kazi yake. Alikuwa kisaka aliyetutumka misuli kwenye kidari, miguu na mikono. Macho yalikuwa damu! Kweli, mtu kama huyo huwa ni nadra sana katika aila. Apatikanapo, huwa anatisha sana hususan kuzungumza naye katika mabishano na mwelekeo wa ugomvi. Almuradi, huwa ni simba asiyeishi na kukaa na nguruwe. Kwake tekenya huwa hawapatikani seuze insi?

"Acha kucheza na moto kijana! Utachomwa!!" Alisisitiza baada ya kudai abiria wote nauli.

"Pesa zangu zimepotea," nilimjibu kwa huzuni.

"'Mbesha' zipoteapo unafanya mpango wa 'kuripa ingine'. 'Bule utarara' ndani!" alinitahadharisha.

Wakati huo wote, nilikuwa nikitetemeka kama majani ya mgomba yapeperushwavyo kwa upepo wa kusi au kaskazi. Jasho jembamba lilinichiriza chiriri. Nilishindwa cha kufanya nikabaki nikicheka kicheko cha uchungu na maumivu.

"Kijana 'siteki' na sichezi! Kama unataka kuona 'uzuli' wangu 'subili kindogo'," alinitia wasiwasi.

Aligota daladala ishara dhahiri ya kuisimamisha daladala. Dereva alipiga breki daladala ikasimama. Alinikaribia na kunishika msobemsobe ukosi wa shati langu. Akanibeba hanga hanga!

"Unaripa au huripi!!" aliniuliza.

Sikumjibu lolote. Nilimtumbulia macho ya kite mithili ya samaki aliyevuliwa, sikuwa na chochote cha kufanya ila kusubiri hatua na amri aliyokuwa akitaka kuichukua bwana wangu.

"Inaonekana una 'kibuli'! Kwenu hukufunzwa na baba yako na mama yako. Sasa nitakufunza !!" alilonga kwa mafutu.

Aliniinua halambe halumbe kutaka kunitoa nje, watu wote walikuwa wakinitumbulia macho tu. Wengine waliudhika si kwa vitendo vyake yule kondakta bali kwa mimi kuwakatizia starehe za safari zao. Wengine walikasirishwa kwa vitimbi vya yule makanga japo hawakulonga chochote.

Bibi yule niliyeketi karibu naye alishtuka mshtuko wa kuzirai. Alikuwa amesinzia. Alipiga unyende. Aliuliza kilichojiri. Kondakta akamsimulia simulizi hiyo. Alikifungua kitambaa chake na kumpa yule makanga hela alizozichukua kuwa nauli yangu. Alinidungadunga kwenye utosi wangu kwa chanda chake komavu na kakamavu na kunionya. Alisisitiza kunitoa nje. Wengi walikata hewa na kuamua kuingilia kati. Walidinda nitolewe nje na kumweleza aridhike kwa fedha alizopewa. Wengi wape usipowapa....!

Safari ilikuwa ndefu. Nilijilaza kwenye kochi la matakia makuukuu huku nikitafakari juu ya ulimwengu uliokuwa umenichukia. Sikuona haki hata chembe. Niliwaza endapo ingefika siku ambapo kila mmoja angepata haki duniani. Huenda siku hiyo ndipo ningepata haki na utulivu pasipo kuhangaikia malimwengu! Nilijua kuwa ipo siku ambapo kila mmoja atapata haki duniani.

Nilipozinduka, tulikuwa tumewasili katika stani ya Kitale. Yule bibi aliniarifu nimfuate. Tulishuka nami nilimfuata kenyekenye. Alinipeleka katika mgahawa mmoja akanikirimia. Nilisharabu gururu kwa viengwa. Niliridhika. Nikafurahi moyoni na kutambua kuwa yupo anayeweza kunijali pia. Nilijitumainisha na kufurahi kuwa nilikuwa nikihesabiwa kati ya jamii ya waja pia.

Tulipomaliza, tuliabiri daladala aina ya *Nissan;* watu waliita *Kangaroo*, kwenda Moi's Bridge. Tulifika Moi's Bridge nami nikamshukuru na kuondoka. Aliniuliza endapo nilifahamu nilikokuwa nikielea nikamwambia kuwa hapakuwa na tatizo lolote; kwani nilifahamu.

Nilifika kwa Sambaza nikiwa mchovu kwelikweli. Nilikaribishwa na Banati. Alikuwa na furaha na bashasha kwa kuniona tena! Alinipiga kumbatio la kunifaiti huku uso wake ukiwa umesheheni ulimbo na mnato wa usahibu wa kweli.

Wakati huo, Banati alikuwa akiishi kwake Sambaza; si kwa hiari lakini kwa msisimo na msukumo wa wazazi wake na wazazi wa Sambaza. Banati alikuwa amehimili na kukatiza masomo yake ghafla. Kuhimili kwake kuliwafanya wazazi wake na wa Sambaza washirikiane kuwalazimishia ndoa ambayo hawakutazamia wala kutarajia. Juhudi za Sambaza kudinda ziliambulia patupu hatima iliyomtia korokoroni na kula kalenda mara kadhaa. Pasipo na budi hubidi; hatimaye alisalimu amri.

Usiku huo tulipiga soga na kuhadithiana hadithi za hapa na pale. Nilimweleza Sambaza mambo mengi kuhusu Mwanza naye akanijuvya mapya yaliyoibuka harani. Alinihadithia vitimbi vya pale manzilini kwetu.

Nilimuuliza ajabu ya kutoihudhuria harusi ya kakaye. Alinipa sababu mbili kuu. Mosi ni kuwa ilikuwa ni lazima kwa kuwa alikuwa kwenye husuni. Naam, kwenye husuni akihuzunikia maisha yake zaidi alivyomhuzunikia Banati mchumbaye. Pili ni kuwa, wazazi walikuwa wamekataa kata kata huo uchumba; uchumba wa Holele na Veronika. Ijapo ilinishangaza zaidi ya kunimakisha kwa kuwa wao walihudhuria harusi yenyewe. Huenda walifahamu umuhimu wa damu ni nzito kuliko maji na damu ni damu si kitarasa. Alinipa kisa cha Banati kupapurana na kuparuzana na binti mwingine aliyewafumania chumbani wakila starehe zao. Ilibidi aingie kati kusuluhisha akiwa ndiye chanzo cha hayo yote, lakini alikuwa ametahira mno. Walijeruhiana polisi wakaingilia kati. Walishikwa wote na kutiwa mbaroni. Mwanzo wa ngoma....! Nilikumbuka kisa cha ajuza wawili waliopigana miereka kwenye mvinyo kule Mwanza kwa sababu ya bwana mmoja mtu baki. Wakaumizana na kutiana majeraha. Wote walishikwa na kutiwa mbaroni, ulimwengu ni mmoja eti!

Katika suala la kabila, nilishangaa kinaya kilichoikumba aila ya akina Sambaza. Wazazi walidinda Holele kuoa mke kabila jingine huku Sambaza akilazimishwa kuingia na kusafiria katika chombo kicho hicho. Ni wazi kuwa babaye Sambaza alimwoa mamaye ambaye hakuwa kabila lake. Ukistaajabu ya Musa utayaona ya Firauni. Babaye alikata tawi alilokuwa amesimamia mwenyewe.

Maisha pale pa Sambaza hayakuwa mepesi kama awali nikiwa kule. Nilikuwa nimetoroka Mwanza kwa sababu Holele alikuwa ameoa. Nilirudi Kenya kwa Sambaza mnunaye Holele na mbasi wangu wa kufa kuzikana. Naye alikuwa amelazimishiwa ndoa! Nilitatarika! Balaa! Balaa! Balaa! Kila mahali kulikuwa na baa! Mwanza nilikuwa kazini, kazi ya uhadimu, Kenya kupata kazi ni nadra. Wao husema mkono mtupu haulambwi. Nami ni mikono mitupu. Tena mitupu! Mitupu! Mitupu kabisa! Sijawahi kujipaka mafuta viganjani ili niweze kurambwa japo vibaya vibaya! Nilikimbia kufiwako kwenda kuliwako nyama! Lo! Balaa bin beluwa!!

Nilizidi kuuma meno. Maisha yaligeuka ombwe. Dunia ikawa tambara bovu! Nilianza kukanyaga lami kuitafuta kazi, almuradi niwe nayo hata ya kijingu jiko. Niliwaza jinsi ya kwenda kumwona Bi. Mausia, lakini niliamua kuwa nisubiri mji unikaribishe mosi.

Sambaza alinishauri nianze ubodaboda nikadinda. Nilifahamu kuwa hiyo ilikuwa kazi ya kutumia kifua. Jambo ambalo sikulihitaji aushini mwangu. Kazi kama hiyo huenda ikamwathiri anayeifanya baadaye. Nilizidi kubisha katika kila afisi lakini pepo wa kadhongo wakawa wametawala na kumiliki himaya na janibu zote.

Baadaye niliambulia kazi ya kuuza kahawa kwa mamantilie mmoja aliyestakimu humo kitongojini. Niliifanya kazi ile iwe yawe, lakini kwa bidii na utuvu. Nilipopata fedha kichele, niliamua kutoka kwa Sambaza maana iliniwia vigumu kuendelea kuishi na mtu na mkewe kwenye chumba kimoja. Nilipangisha chumba kilichokuwa si karibu si mbali na kwake Sambaza. Mtu hujikuna ajipatapo!

Siku moja nikiwa pale mkahawani niliona kioja. Wateja walikuwa wakifurika furi furi; si wanawake si wanaume. Wengine walikuwa wachafu kama fuko wengine walikuwa safi na weupe kama theluji. Fuko hao walikuwa wakitoka upalizi. Niliwahudumia kimasomaso; kila mmoja kutegemea matakwa na matilaba yake. Alitokea kijana mmoja aliyekuwa amevalia gauni jeupe, blauzi ya samawati na mapambo, si herini si bangili si mikufu. Nilipomtazama nilimaizi wajihi wake.

"Si huyu Mkemme? Kwa nini amevaa kama mwanamke? Hizo nywele za kipilipili kazitoa wapi? Ama amekuwa mwehu?" Mteja mmoja alipayuka.

"Nisaidieko chai," mteja mwingine alikatiza fikira zangu.

Nilikuwa nimebung'aa. Kazi ilikuwa imesimama kwa muda mfupi. Ukistaajabu ya punda kuogea vumbi utayaona ya hinziri kuoga matopeni!

"Sina chai. Ninauza kahawa hapa!" nilijibu.

"Kahawa ni nini? Hawa wanakunywa nini?" aliniuliza kwa mshangao.

"Wanakunywa kahawa ," nilimjulisha.

"Basi! Ndiyo hiyo nataka! Nyinyi na Kiswahili *yenu huwanga mnatuchalenji* sana!" alikuli huku akitabasamu.

"Si hivyo bwana mkubwa, Kiswahili ni chetu sisi sote. Hususan wana Afrika Matlai," nilimfahamisha huku nikimmiminia kahawa kwenye bilauri.

"Hususan! Enhee *matilayi*! Nkt! Ni nini sasa? Hata Susan anajua Kiswahili! Huyo msichana yangu kidogo anasoma *class one*! Sasa chai ni kahawa tu!" Mwingine aliboboja.

"La! Chai si sawa na kahawa japo vyote ni vinywaji, hutoka kwenye mimea tofauti kabisa. Utakitumia kwa nini bwana mkubwa?" Nilimuuliza yule bwana.

"Nitatumia na kikombe!" alinijibu.

"Sawa bwana ! Utanywea nini?" nilisaili.

"Nywelaa! Nywelaea! Ni nini hiyo?" aliuliza.

"Yaani kukunywia!" mwingine alidakia.

"Ooooh! Kukunywa? Akh! Mandazi tu?" alipaza sauti.

Nilimtazama kisha nikaenda zangu. Nilikuwa nimeshindwa kabisa kupitiza ujumbe wangu kwake. Sisi sote tulizungumza lugha moja; Kiswahili, lakini kwa vitengo tofauti. Vikawa vitengo hivyo ni kama lugha mbili ardhi na mbingu. Nilizidi kuwahudumia wateja huku mawazo yangu yakiwa kwake 'Mkemme binti'. Alipoingia mkahawani na kuketi nilimchunguza vizuri kwenye kidari. Alikuwa na matombo kifuani. Nilisikitika. Dunia haishi shani, kila kukicha hutokea vioja. Kila kukichwa hutokea viroja; vyote vya kutisha au kusikitisha na vingine vya kufurahisha! Hutegemea na wanavyovipokea vioja na viroja vyenyewe. Wakaviweka katika kitengo na mkumbo kutegemea na upokezi wao!

Nilimhudumia yule Mkemme; 'banati mvuli' huku nikiwa na kimuyemuye. Sikupata jawabu kwa vitendo hivyo vyake. Niliwaza juu yake na aushi yake. Nilimdhania kuwa huntha, lakini sikuwa na yakini kwa kuwa umdhaniaye ndiye kumbe siye naye umdhaniaye siye kumbe…!

Nilipofika nyumbani niliambua nyayo zangu hadi kwa Sambaza kumhadithia yale yaliyokuwa yametokea. Sambaza alinifahamisha kuwa alikuwa akifanya hivyo kuchuma fulusi kutoka kwa marijali. Fulusi! Fulusi! Fulusi! Ni wehu! Baada ya siku mbili hivi Mkemme alishikwa na kutiwa mbaroni kwa vitendo vya kujifanya mke akichuma pesa kwa njia ya ulaghai kutoka kwa wanaume wa wenyewe.

Baada ya muda mrefu pale kitongojini, niliona vyema kwenda kumjulia hali. Bi. Mausia. Nilipanga wikendi ya juma hilo. Fauka ya hayo, nilikuwa nimeanza kumshauri Sambaza afunge ndoa na Banati mkewe. Niliona kuwa si vyema kusoana na kuishi pasi idhini na ithibati yoyote. Katika mambo kama hayo talaka huwa rahisi sana kutokea hususan kwa wapenzi wasioaminiwa kama Sambaza. Sambaza alikubali shingo upande licha ya kudai kuwa alikuwa akimpenda Banati mkewe kwa dhati. Aliniambia kuwa ana jabali kubwa lililokuwa likimbana kifuani, shoka hasa! Shoka lililokuwa tayari kumchanja shingo! Alikuwa amepigwa faini ya kumkatizia Banati masomo yake. Fauka ya hayo, alikuwa ameshurutishwa kumrejesha shuleni baada ya kujifungua.

Banati alikuwa akimpenda Sambaza kwa dhati. Aliona hapana haja ya kumtafuta mume mwingine. Licha ya misukosuko na mawimbi ya kabobo katika maisha yake ya unyumba. Kwangu, nilimwona Banati kuwa kipenzi kweli. Kwake Sambaza, mambo yalikuwa kinyume ijapo asingenusurika adhabu za wakwe wake.

Katika mawazo yake Banati alifahamu kuwa ameolewa tayari. Mtu mwenye urazini kama yeye alikuwa na haja mno ya kuridhika na mumewe; hasa hasa mume waliokutana wakiwa shuleni. Hata mahaba yakasababisha kutoendelea kwao katika elimu ya vitabu. Walicheza pamoja! Walisoma pamoja! Walisitisha elimu yao pamoja! Walishiriki katika mchezo wa wawili unaopofusha na kuachia maamuzi Rabana! Mchezo wenye matokeo mengi, yakiwemo kuijaza dunia kwa idadi ya insi na mengineyo ya mauti! Palikuwa na haja ya Sambaza kuibadilisha nia yake pia. Palikuwa na haja ya yeye kuadilika. Endapo sivyo basi shoka la wakwewe lilikuwa tayari kumchanja utosini ama kifuani palipo na moyo na chembe chembe zake za mahaba.

Siku niliyokuwa nimepanga kuenda kwa Bi. Mausia, Bahati alikuja. Alikuwa amepitia kwa Sambaza kisha akaelezwa nilikokuwa nikiishi. Nilimkaribisha! Tulikumbatiana kama ilivyotarajiwa kwa marafiki wa dhati waliopezana. Tulishinda pamoja. Alinieleza yote aliyokuwa nayo.

"Mfanisi, *what went wrong*? Uliamua kunitoroka ukaenda Mwanza?" alinisaili.

"Hata Bahati! Sikutoroka! Nilienda ghafla kwa shughuli. Nilijua ningerudi tukutane!" nilimjibu.

"Ahaaa! Shughuli! Kwani mimi si *important* kwa maisha yako?" aliendelea.

"Sivyo! Wewe ni wa maana sana," nilimjibu.

"Uliipokea barua yangu?" aliniuliza.

"Ndiposa niko huku!" nilimfahamisha.

"Kwa nini tangu uje hujaja kunitafuta?" alisisitiza Bahati.

"Nilijua hujakatiza matumaini yako ya dhati!" nilidakia.

"*Thank you sweetheart!* Ninaona unanipenda na kunijali," alinifahamisha.

"Subira huvuta heri," niliamba.

"Ahsante! Ningali wako wa moyoni?" Bahati aliniuliza tena.

"Mapenzi ya dhati ni ya moyoni. Yanapokomaa huwa bora zaidi. Hapo ndipo huaminiwa na kuthaminiwa. Penzi hutoka mtimani!" nilimpasha.

"Pia nami nakuthamini. Ningependa tuishi pamoja usoni," alisisitiza.

"Huenda iwe!" nilimjibu.

Tuliketi pamoja. Tulizungumza! Tukazungumza! Tulifarijiana na kutiana moyo namna ya kuishi kwa matumaini ya kesho. Tulishinda chumbani mchana kutwa. Tukausiana nasaha za maisha almuradi shughuli zote zilikatizwa kwa mkao wangu na Bahati.

Bahati alitamani tushinde naye usiku huo lakini nilimshauri arudi kiamboni kwao. Alisisitiza kuwa hawezi katu kugombezwa. Lakini niliona vyema arudi kwao ilimuradi kuwa tulikuwa tungali na changamoto tukiwa binadamu. Nilimfahamisha kuwa tulikuwa tungali tupo pamoja na sikuwa nimepanga kuondoka baadaye. Nilimpenda namna alivyojituma na hivyo nilimjali.

Saa zilipozidi kwenda niliamua nimwandisi ili asichelewe kufika kwao. Nilijua adhabu za ukosefu wa nidhamu kwa wakubwa hasa hasa wakiwa wazazi. Umri una heshima zake!

Siku ya kufuatia, niliondoka kwenda kwa Bi. Mausia. Ilikuwa Jumapili, waja wengi walikuwa kwenye maabadi wakiabudu. Nilipitia kwa hayati bibi yangu Bi. Maria. Kibanda kilikuwa mahame. Kilikuwa ganjo. Nilipoufungua mlango mende na panya walinilaki kwa bashasha. Walitabasamu na kuniambia kuwa hakukuwa na watu ila wao tu! Sikujishughulisha. Niliufunga mlango na kuondoka huku ganjo lenyewe likihuzunika na kuniuliza mbona nilikuwa nikienda. Nilipofika kwa Bi. Mausia, alikuwa si wa chakula si wa maji. Alikuwa gofu la mtu.

"Ahsante sana mwanangu kwa kuja! Ahsante sana mwanangu! Kuja kwako ni faraja kwangu! Ahsante sana mwanangu!" Alikuli kwa furaha na bashasha huku akijaribu kuinuka.

"Hewalla mama," nilimjibu.

Nilimtazama nikafahamu kuwa alikuwa muwele. Alikuwa akipumua pumzi zake za mwisho.

"Nimekuwa nikikutarajia siku hizi zote! Nimekuwa nikiangalia barabara lakini wapi! Siku moja niliamua mimi binafsi kwa elimu niliyopata zamani zangu kukuandikia barua; ilifika?" Alikatiza ukimya uliokuwapo kwa swali.

"Ndivyo mama. Ndiposa niko huku," nilimjibu.

Wakati huo wote, nilikuwa nimetulia tuli kama mwanajeshi aliyesubiri amri kutoka kwa komanda.

“Nilipewa sanduku la barua na Bahati. Alikuja mara kadha wa kadha kukutafuta. Sijui sasa yuko wapi. Nashukuru maana umekuja kwa wakati. Umenikuta nikiwa ni taabani. Huenda nikaondoka. Niendako ni kwema mwanangu endapo utaridhia nitakayokueleza! Ningalihukumiwa na mamayo na mume wangu kama nisingalikuambia hili. Lakini una…!”

Kareni aliingia. Alinisalimu kwa kunikumbatia mbele ya mamaye. Huenda ilikuwa ishara ya kunipeza na kunihulu wasemavyo wenye lugha. Alinikumbatia kisha akaondoka. Alisema angerejea punde.

“Una bahati,” aliendelea Bi. Mausia baada ya Kareni kuondoka, “umenikuta nikiwa mwenye pumzi lau mbili tatu hivi. Umwonapo Kareni, yeye aliolewa. Zuge alioa pia! Waliendeleza masomo yao kama nilivyowawezesha kwa uwezo wangu mdogo. Kareni ni mwanahabari katika idhaa ya Wapashe naye Zuge ni mwalimu wa chekechea pale *Godown Nursery School*. Hayo si muhimu; muhimu zaidi ni haya niliyokuhitajia. Mume wangu alibadilika na kutubu kwa maovu aliyokuwa akikuwazia na kifo cha mwanawe akiwa kule gerezani. Alitamani uje akuombe msamaha ila hakujua ulikokuwa kwa wakati huo. Alitubu akasema umsamehe kokote Ahera aliko! Umsamehe mwanangu!”

“Naam, nilimsamehe mama,” niliamba.

“Sawa! Sawa mwanangu. Ni bora ulimsamehe japo hakuwa amekuomba msamaha. Ingekuwa bora angekuomba mwenyewe akiwa hai,” alikuli Bi. Mausia.

“Sina neno naye!” nilidakiza.

Jambo jingine ni hili mwanangu, mara nyingi watu huishi humu duniani kwa sababu ya wazazi wawili. Na….”

“Lakini mimi naishi pekee! Nilikuwa na mzazi mmoja. Eeh! Mmoja tu. Alifariki dunia!” nilimkatiza kwa uchungu.

“Naam! Ndiyo waweza kuishi na mzazi mmoja lakini kupatikana kwako kulichangiwa na wazazi wawili. Angalia Kareni na Zuge; baba yao aliaga dunia. Mume niliyempenda hatimaye kifo kikamchukua na kumficha kusikojuliana. Nikaishi pekee hatimaye nikampata mwandani wa moyo, pengine niishi kwa raha na starehe pasi karaha. Hatima ya yote ikawa taabu hadi mauti yakamkumbatia akaua. Mwisho mwenyewe akafa. Nahuzunika sana! Nikachimbiwa na kupokezwa mbegu za uhasidi nawe, nisamehe mwanangu,” alihuzunika.

"Pole mama! Pole mama Mausia. Ndiyo, hayo nimeyasoma lakini huenda ukawa ni uongo wa wanasayansi kuwa lazima watu wawe wawili ndiposa mtoto apatikane. Pia nao ni wanadamu kama sisi na wanaweza kubuni ama kukosea katika nadharia zao. Mambo ya nadharia si lazima yawe halisi! Katika Biblia, Yesu alizaliwa kutoka kwa bikira. Soma Mathayo Mtakatifu utapata habari hizo," nilimfahamisha.

"Naam, huo ni muujiza wa pekee ambao haupo sasa! Lakini ridhika kuwa ili mtu apatikane ulimwenguni, lazima kuwe na mume na mke ambao huchangia kuwapo kwao! Pasipo hao basi hapana chochote kiwezekanacho!" alizidi kunifundisha.

Kwangu, hayo huenda yalikuwa ni maneno magumu yasiyoaminika. Sababu ni kuwa mwenyewe nilikuwa ithibati nzuri na mfano kidedea katika jamii.

"Wewe," aliendelea, "hata kama unaishi pekee, ulikuwa na mama; akafariki dunia! Pole kwa kukutonesha kidonda. Lakini ujue kwamba una baba. Na....."

"Eti? Mimi niwe na baba? Sijawahi kumwona na sitarajii! Nina miaka mingapi? Iwapo mama hakumwona ndipo mimi nitamwona? Aah! Siwezi kumwona maishani mwangu! Naye hawezi kuniona!!" Nililonga kwa kukana.

"Naam, najua ni vigumu kuamini. Hasa hasa vile Bi. Faida hakukujuza. Lakini ukweli ni kwamba, alitaka kukujuza lakini akaogopa nidhamu na heshima. Alikaa akifikiria kuwa yeye mwenyewe angekupeleka kule lakini mauti yakakatiza azma yake!" Bi. Mausia alilonga.

Wakati huo wote nilikuwa nimetega sikio ndi! Nilikuwa nimemakinika ili niupate ujumbe wa mtu aliyesemekana kuwa alisababisha kuwapo kwangu duniani.

"Basi babangu ni nani?" Niliuliza kwa kutaka kujua.

"Baba yako ni kijana tu. Si mfupi sana si mrefu sana. Si mnene si mwembamba. Ana mwili wa binadamu. Mimi mwenyewe nimewahi kumwona. Si kumwona tu, bali tulisoma naye chekechea! Kwa sasa yeye ni hamali kule Pwani. Alikuwa akistakimu pale T.M.C ukipanda kuelekea *Tenai Primary School.* Ilibidi ahame kwenda Mombasa kisiwani aila yake ilipogura kutoka hapo. Kisha…!!"

"Hujanijibu mama! Umenieleza habari zote. Sasa nieleze, babangu ni nani?" Nilisisitiza kwa kutaka kujua.

"Anaitwa Emmanuel Mchumo!" alijibu.

"Emmanuel Mchumo! Babangu mzazi eti! Je ninaweza kumpata?" nilimuuliza.

"Uendapo Mombasa kisiwani uliza kwa Wangozi mojawapo ya jamii za mijikenda. Kuko huko ndiko aishiko na mamaye mzazi. Baba yake aliuawa na majambazi waliouvamia mji wao wa *Excullan* wakiwa na dhamira ya kumuibia! Ukifika kwa Wangozi, uliza kwa hamali Emmanuel Mchumo au kwa Malenga Manu. Utaelekezwa na kufika bila wasiwasi. Vivyo hivyo ndivyo alivyonijulisha kwenye rununu. Binafsi, sijawahi kukanyaga Mombasa. Na sasa sidhani lau naweza kufika kule," alinifahamisha Bi. Mausia.

Naam. Nilikuwa na shughuli babu kubwa. Binadamu ni kilihafu hawaishi uchafu. Kumtafuta Emmanuel Mchumo aliyedaiwa kuwa babangu haikuwa gange rahisi. Tena ilikuwa katika jiji ambalo sikulijua kwa nje wala ndani.

Hata mahamali hawana akili razini? Si Emmanuel angemwoa mama Bi. Faida mosi ndipo wanizae? Walisherehekea wakiliwazana sasa ni taabani! Nkht! Nitamtafuta Emmanuel Mchumo. Nisipompata sawa! Lakini mbona akafanya hivyo? Sina bibi yangu mzaa mama! Sina babu mzaa mama! Sina mama yangu mzazi! Eti sina babu yangu mzaa baba pia? Ama huenda mama mzaa baba pia? Na baba naye? Sijui! Sijui! Lakini ni kweli mauti hayana huruma. Mawazo yalinisukuma na kunisukasuka. Angalau nimefahamu eti nina baba. Mwanasesere wa mama amefahamu kuwa ana baba! Huenda pia ni mwanasesere wa baba! Angalau matumaini yapo hivi sasa ya kumjua babangu; hata kama ni matumaini hafifu.

Tulipomaliza kuzungumza ilikuwa saa nane na nusu. Bi. Mausia alihemahema kisha akazidiwa sana na kuzirai. Nilikimbia kwa jirani mmoja nikaomba msaada. Niliomba angalau tufaane kwa yale yaliyokuwa yametukodolea macho. Alimbofyea dereva wake aje ili tumpeleke Bi. Mausia hospitalini. Dereva aliwasili kwa gari la mkubwa wake. Tulipokuwa tukiondoka kwenda hospitalini, hau Kisito aliwasili. Ilisadifu kuwa naye katika wakati kama huo. Nilifurahi moyoni. Nikaona nuru ya matumaini yangu ikiangaza katika giza totoro. Japo kiza kilikuwa kikubwa; nilifahamu kuwa kiza kikizidi huwa kunakaribia kupambazuka! Nilijitumainisha ndani ya chembe za moyo wangu.

Aliniarifu kuwa alikuwa amekuja kunitafuta. Alihuzunika kwa ujio wake kukaribishwa na hali ya Bi. Mausia. Licha ya hayo, furaha yake ilizidi namna ambavyo aliniona. Tulishirikiana naye kumpeleka Bi. Mausia kwenye tiba. Tabibu walimpa tiba kisha wakasema kuwa asingerudi nyumbani wakati huo. Hau Kisito aligharimia bili kisha akanifahamisha tuondoke. Tuliondoka tukamuaga Bi. Mausia huku tukimwacha na mmoja wa majirani wake pamoja na bintiye Kareni. Kareni alikuwa amefika kumtazama na kumfariji mamaye. Angalau haradali ya uzima ilikuwa imechipuza na kuanza kuonekana kwa mbali maishani mwa Bi. Mausia. Matumaini ya uzima hasa! Alivuta pumzi lau moja moja ya kumsukuma ili aendelee japo kuishi leo kesho!

Sura ya 8

Tulipofika Nakuru, niliona tumeingia katika mazingira mapya. Maisha yalikuwa shwari na mema bila shari. Tuliishi kwa furaha pamoja na hau Kisito na mkaza hau Bi. Msisimo. Mkaza hau alikuwa kufu yake hau Kisito. Walipendana na kuhusudiana kweli kweli. Kila mmoja alitosheka na penzi la mwenziwe; si hau si mkaza hau.

Baada ya muda wa siku mbili tatu wa kunizoesha mji, nilijiunga na Kinzani *Secondary School*. Shule hii ilikuwa ya kutwa. Ilikuwa shule ya mseto. Niliingia katika kidato cha tatu. Nilijitia moyo na kufahamu kuwa nilikuwa na nafasi ya kuyaboresha maisha yangu, licha ya masumbuko na usumbufu wote wa walimwengu ulimwenguni.

Shuleni, kuna waliotoka mbali na shule yenyewe. Iliwabidi kupangisha vyumba karibu na shule ili wapate muda aali wa kudurusu vitabuni mwao. Japo kwa hau Kisito kulikuwa mbali, sikupangisha chumba chochote. Ilinibidi niende kila kukicha na kurudi kila kukichwa. Sikujuana na yeyote.

Baada ya muda wa mwezi mzima nilianza kujuana na wengi shuleni. Niliwapata masahibu na mbasi wahisani wa kweli. Kati ya wale tuliopendana na kushirikiana alikuwapo Hilari Makusudi. Makusudi alikuwa kijana mvulana mfupi na mnene kiasi. Alikuwa machachari na mwenye tabasamu daima. Ungalijua Kiswahili ungalimwita damisi au mcheshi. Kupitia kwake, niliweza kuwafahamu wanafunzi na walimu wengi.

Maisha shuleni yalikuwa mazuri. Nilifurahi. Sikutarajia kuhitimisha na kutoka shuleni. Makusudi alikuwa amekodi chumba kimoja karibu na shule. Kwao kulikuwa mbali sana ambako ingebidi kutumia matwana kila wakati macheo na machweo. Hakuwa tayari kugharimia nauli kila siku. Alistakimu pekee.

Shuleni kulikuwa na mabanati lukuki lukuki wa kila nui, warembo na wavuli watanashati, maridadi na wafuauji. Nilijuana na wengi ambao walinipenda na kuupenda ushirika wangu. Kati ya wale niliohusiana nao sana alikuwa rafikiye Makusudi aliyeitwa Brijid Sudi na rafikiye wa karibu Pendo Kolea.

Pendo alinikaribia kila wakati huku akichochewa na Makusudi. Huenda alikuwa na mtazamo wa penzi na pendo moyoni mwake kwangu. Huenda alidai kuwa alinipenda kwa nyonda ya dhati. Huenda alikuwa na azimio kuu na matumaini kwangu. Nilishawishiwa na Makusudi mara kwa mara niwe naye kama muhibu wangu lakini nilishikilia kikiki uamuzi wangu wa kutokubali. Sikuwa tayari kuotesha mbegu za pendo katika jangwa la kifua changu na moyoni mwangu.

Hali ilikuwa shwari na maisha nikayasukuma kwa njia sahali na mufti. Muda ulisonga nayo elimu ikaanza kunisonga na kunifanya kuwa mufti na aalimu wake. Huenda ningekuwa sima ya kulika hatimaye na waja humu duniani. Nilifarijika mno.

Tulipofunga shule katika mapumziko ya muhula wa kwanza hau Kisito alinisihi turudi nyumbani kwa hayati bibi yangu na mamaye Bi. Maria. Ilikuwa ni dhahiri shahiri kuwa tulikuwa tumeuacha mgunda ukiharibika na kuharibikiana bila kutumiwa. Tulijiandaa kwenda kuuza huo mgunda. Tulipofika kijijini Sambaza alikuwa ametiwa mbaroni na wazazi wa mkewe Banati kwa mara nyingine. Hii ni kutokana na kuwa hakuwa ametimiza mkataba wake waliokuwa wametia hapo awali. Bi. Mausia naye alikuwa na ahueni licha ya kuwa na uwele katili aliogawiwa na kuachiwa na mumewe ama wa kwanza ama wa pili. Baada ya siku mbili hivi, tulikuwa tumemaliza sambasamba zetu na kurejea Nakuru.

Tulipofungua muhula wa pili, hau Kisito alienda shuleni na kunilipia karo fedha taslimu. Alinisihi nisome kwa udi na ambari na bidii za nyuki wala si za nzi. Sikuwa na budi kufanya hivyo kwani niliuona mwanya wa kuyafikia malengo yangu. Nilitia bidii za mchwa huku nikimaizi kuwa mchumia juani hulia kivulini.

Siku moja, gwaride la ghafla liliitwa shuleni. Tulipiga foleni zetu huku tukiwa na kibuhuti. Hatukujua kilichokuwa kikiendelea. Jambo tulilotanabahi ni kuwa mwalimu mkuu alikuwa amefika wakati huo. Tulitatarika!

Mwalimu mkuu alitoa hotuba ndefu. Hotuba hiyo iligusia sana aushi ya elimu na ujana kwa jumla. Hakuwasuta wala hakuwakashifu vijana. Hakuwakejeli wala hakuwakebehi vijana. Aliwanasihi tu!

“Dunia ni mamba,” mwalimu mkuu aliendelea kusema, “unapocheza karibu na mamba atakufanya kitoweo. Wasichana wangu sielewi ni wadai ama wadaiwa! Wavulana wengine hapa ni mazuzu tu; wana mauzauza ya ujana. Wamezuzulika na kuzuzuwaa kama mzungu wa reli. Mtu anaporauka asubuhi, hana shughuli hasa. Shughuli zake kuu ni kuwasindikiza wasichana! Jioni anarejea kwenye geti kuwachukua tena. Wasichana wanafanywa mazulia kabisa! Ipo siku! Hivi karibuni tutawanasa! Tumeweka mtego wa panya pale langoni! Nawe mvulana unapomkunja binti wa mtu unafikiria nini? Kama ni dada yako anayekunjwa?" Mwalimu mkuu alikariri kuwa huenda tukapoteza watu wa kutegemewa baadaye iwapo vijana wangeendelea kumezwa na mamba. Alikuli kuwa huenda tukakosa viongozi wa kesho na kesho yenyewe ikawa giza la kaniki.

"Aushi ni kama yai ambalo umelishika kwenye kitanga chako ambacho hujakifumbata. Utembeapo tembea kwa makini. Urukapo ruka kwa makini! Uchezapo cheza kwa makini! Usije ukajikwaa kisha yai likapasuka vigae vigae!! Kumbuka yakimwagika hayazoleki hadi siku ya kazole!" alizidi kusisitiza.

Alipomaliza aliwarudisha wanafunzi wote ambao hawakuwa wamekamilisha karo nyumbani. Shule ilibaki na wanafunzi ukufi tu! Idadi ya tusui! Mabinti wawili wa kidato cha tatu waliitwa ofisini.

Nilibaki shuleni huku maneno yake yakinigusa kwenye keto za mtima wangu. Niliyapambanua na kuyachanganua kwa makini. Yalinigusa na kunielimisha kweli kweli. Siku ile, Pendo alikuja tukashinda pamoja. Walimu hawakufundisha. Pendo alinifunulia siri za wale mabinti wawili. Aliniambia kuwa wawili hao hawakulala nyumbani kwao. Wazazi walikuwa wameamkia shuleni na kumpata mwalimu mkuu kisha wakampa ripoti. Huenda ndiyo sababu iliyomfanya mwalimu mkuu kuita gwaride na kuzungumza alivyozungumza.

Pendo alisisitiza rai yake ya usuhuba kwangu lakini nilimpa nafasi ya kuwazia masomo kwanza. Nilinyamaza kama kondoo. Niliona ni vyema abaki katika uwili badala ya kumjibu kenyekenye. Hakujua nimekubali au kukataa penzi lake, japo moyoni mwangu mapenzi yalikuwa mbali nami kama ardhi na mbingu. Nilifahamu kuwa kukataa kwangu au kukubali kwangu wazi wazi kungeyaibua masuala mengi ama maishani mwake ama maishani mwangu. Ingekuwa ni sawa na chachandu anayejipalia makaa.

Baada ya Makusudi kwenda kwao na kurudi, alianza kuwatembeza Pendo na Sudi kwa hau Kisito. Walikuja mara kwa mara wakati nilipokuwapo. Nia na azma yao ilikuwa kunitafuta. Mara nyingine walinikuta mara nyingine hawakunikuta, almuradi walizidi kufuatana watatu watatu wakawa vijibwa na watwao.

Mapenzi yalimpofusha Makusudi akawa ameathirika mno. Wakati mwingi alikuwa simba darasani, lakini aligeuka kuwa kunguru na zuzu bin mbumbumbu asiyeweza kuunga wahedi na wahedi apate thenine.

Nakumbuka wakati mmoja tulipokuwa tukiondoka skulini kwenda katika mashindano ya michezo mudiriani. Siku hiyo, tuliondoka wanagenzi wachache tu kwa sababu ya hela haba shuleni. Si wanafunzi hawakuwa wamelipa karo jamani? Ndiposa mkuu wa shule akawa akiwatuma nyumbani mara kwa mara walete karo. Wachezaji wa kiume na wa kike pamoja na mashabiki kadha; mabinti kwa wavuli, walikuwapo. Makusudi, Sudi, Pendo na mimi Mfanisi hatukukosa katika kikosi. Tulikuwapo. Wanagenzi walipiga soga huku wakijadiliana kadhia kadha wa kadha.

Kwangu, mambo yalikuwa kinyume. Nilikuwa nimezama katika luja zilizofurika akilini kila mara. Nilikuwa nimesafiri hewani!

Tulifika uchanjaani kwa saa. Mratibu alipanga ratiba akiwajumuisha walimu wetu na kisha mechi zikaanza. Tulicheza huku mashabiki wakishangilia kwa vifijo na nderemo. Kila shabiki alishangilia timu yake huku akiitakia ushindi. Sifa zilimiminika kama maji kutoka mlimani. Kila mwamba ngoma ngozi huvuta upande wake.

Mechi zilipomalizika, tulikuwa tumeibuka washindi. Tuzo zilitolewa kisha tukaratibiwa wakati ambapo tungekutana kwa mashindano ya mkoani. Tulijiandaa kurudi nyumbani.

Shule zilifumkana saa kumi na mbili machweo. Jua lilikuwa tayari limeaga miti na vilindi. Lilikuwa limevua joho jeupe na kujivika joho jeusi tititi kama kaniki.

Tuliondoka kwenda zetu huku kila mmoja akiwa na furaha mpwitompwito na bashasha isiyo na kifani chake. Furaha ijapo basi huzuni hutoweka!

Wanagenzi waliketi jozi jozi fauka ya kubanana garini. Kila mvuli alikuwa ameketi karibu na banati. Hilo ndilo tatizo la shule za mseto eti! Kalima yao ilikuwa moja; asiye na wake aeleke jiwe! Sikujua ni jiwe gani walihitajika kueleka! Nilistaajabu. Nikajua kuwa hayo yalikuwa mauzauza ya ujana tu!

Pendo aliketi karibu nami. Alikaa sako kwa bako. Tulipiga gumzo huku akiwa na bashasha kuu. Alikuwa mchangamfu. Meno yalikuwa nje. Yaling'aa gizani na kuonekana meupe pe pe pe! Ungetaka kufahamu aliko ungesubiri acheke si mara kadha wa kadha ila moja tu!

"Kila mtu na....! Kila mtu....! Kila....!" Sauti ilisikika gizani ikibwabwaja kama mtu aliyetia ubwabwa kinywani.

Kila mtu na nini? Niliwaza. Sikujua alichotaka kusema kwenye kauli hiyo. Nilishika kidevu ishara ya kuwaza juu ya hali iliyokuwa ikiendelea. Nilinywea!

Kila mmoja alitenganishwa na mwingine kwa pazia kubwa la giza totoro. Mmoja wa wanagenzi aliwasha nari kisha akazima kwa ghafla. Nilipotazama kwa huo mmweko, wanagenzi walikuwa wakisimama. Walikuwa wakipeana chambi garini. Si wajua ndani hamkuwa na viti?

"Makusudi umekusudia nini? Umeona? Kila mtu ameona?" Sauti ilipenyeza gizani. Mara wanagenzi wote waliangua kicheko sawia. Sikujua maana ya hivyo vitimbi.

"Mboka! Mboka! Mboka! Mboka!" Waligutuka na kuanza kuimba.

Nilijiuliza maswali mengi. Maswali na masuala lufufu. Maswali na masuala sufufu! Yalikuwa belele. Sikuwa nimewahi kuviona vioja kama hivyo aushini mwangu.

Kwa nini kufanya hivyo? Je, yawezekana kuwa ni bashasha ya ushindi? Lakini furaha gani hii? Furaha haileti madhara! Ni vipi mtu angeathirika kwa furaha na kusema 'mboka'? Kwa nini 'mboka'? 'Mboka' ni nini? Walikosea kusema mboga? Akh! Nkht! Mbona mboga garini? Nani amenunua mboga? Nani ana mboga? Potelea mbali! Wana majibu wao wenyewe.

Nilipozinduka, Pendo alikuwa ameniegemea pajani. Sikusema neno. Nilimsukuma pole pole na kujivuta nilipokuwa. Niliona hapana haja ya kumkataza kwa sauti maana huchukuliwa kuwa ni namna ya kumkebehi mtu na hivyo huenda angeudhika. Nilifahamu alichokihitaji. Nia na matumaini yake yalikuwa kama mangati.

Niliendelea kupiga gumzo naye kuutimua utwea. Vioja na viroja havikutulia daladalani. Kila mmoja alikuwa amepandwa na mzuka na pepo wa kwao.

Tulipofika shuleni, tulitia nanga. Kila mmoja alishuka. Wanagenzi walijikusanya kwenye makundi makundi kutegemea maeneo waliyotoka.

Bila kujali wakati au saa, walisimama na kutembea pole pole kama waliotindikiwa nguvu milini. Walikuwa wamenyong'onyea kama wele..

Nilimfahamisha Makusudi kuondoka kwangu kwenda nyumbani. Wakati huo, nilikuwa nimeanza kustakimu naye kwa sababu kwa hau Kisito kulikuwa mbali na shule. Makusudi aliwaita Pendo na Sudi kisha tukaondoka.

Njiani, mwendo wao haukunipendeza. Walikuwa lumbwi. Ilinibidi niharakishe kwa kuwa nilikuwa nimechoka tiki! Makusudi aliniambia niende na Pendo kisha aje tumuandisi aende kwao. Nilifanya hivyo maana mwungwana ni vitendo.

"Kumbe wewe ni mchezaji mzuri hivyo?" Pendo aliuliza muda mfupi baada ya kuachana nao Makusudi na Sudi.

"Najifunza tu! Kila jambo linahitaji kujifunza. Kujifunza ndiko kujua!" Nilimjibu.

"Huwezi kujifunza na ukawa *the best* hivyo," alisisitiza.

"Mambo mengine huwa unajifunza kisha ukapata wasiojua ndipo ukaibuka na ushindi mkubwa!" nilimtania.

"Kawaida huwa ni *hard* sana. Wewe huwa….!" Hakuendelea.

"Huwa nini?" nilimuuliza.

"Hakuna," alinijibu.

"Usiseme hakuna ilhali hujakamilisha usemi wako," nilimfahamisha.

"Nilikuwa nataka kusema kitu kisha nikaona hakina maana sana," alikuli.

"Sawa. Kikiwa na maana utaniambia baadaye," nilihitimisha.

Pendo aliendelea kunisifu huku nikiitikia kwa kichwa na eeh na mmmmh zisizokwisha. Ungedhani kuwa alikuwa akiniona nikitikisa kichwa usiku huo. Mtu hali sifa akashiba!

Tulipofika kwa Makusudi, niliufungua mlango na sote tukaingia. Pendo alijishughulisha kama mwenyeji akaandaa kilalio. Tulifurahia na kupiga gumzo pamoja.

Tulisubiri! Tukasubiri! Tukasubiri! Makusudi hakuja. Nilipotazama saa yangu mkononi ilikuwa saa sita kasoro robo. Nilimsihi nimpeleke Pendo kwao, akadinda. Sikuwa na jingine ila kutulia na kuendelea kusubiri subira zisizovuta heri. Nilivimba na kuvimbiana kama bunju.

Nilinyamaza na kuwaza juu ya yule banati. Nilifahamu kuwa ndio ujanja wa nyani ulikuwa umeishia pululuni. Nilimtazama Makusudi katika fikira zangu, nikatanabahi kuwa huenda huo ulikuwa mpango wao watatu- Makusudi, Sudi na Pendo.

Niliazimia Pendo alale kitandani nami nidatame kwenye sakafu almuradi niepuke hiyo dhiki iliyokuwa ikinikodolea macho. Nilimfahamisha akakubali shingo upande.

Alivua nguo pasi woga huku nikimtundulia macho. Alibaki na shimizi pekee. Alishika kifua chake akaniangalia na kucheka. Sikuwa na cha kufanya. Aliingia kitandani akalala huku akiniita kwa msisitizo. Nilimwangalia kwa jicho la fedheha na soni. Wenye fedheha wana mji wao! Hakujifunika.

Niliketi nikatulia pale ukumbini. Hapo ndipo niliamua kulitunga shairi lenye beti mbili. Huenda hilo ndilo lingekuwa ukumbusho wangu wa siku ile. Shairi lenyewe lilisema hivi;

Hilari wewe Hilari, menicheza Mfanisi,
Wajiita u mahiri, ukatutoroka sisi,
Pendo ukampa ari, anipende mimi basi,
Lakini sasa nakiri, mapenzi huwa hiari!

Ahali ni wa daima, mwambie Pendo ajue,
Kwa mapenzi si kilema, Mfanisi nakwambie,
Mapenzi huwa heshima, mmoja kuhudumie,
Daima mimi nakiri,' vumilivu hula mbivu!

Nilipomaliza, ilikuwa saa nane kamili. Wakati huo, Pendo alikuwa bado hajalala ila alisinziasinzia. Niliiacha ile karatasi mezani. Nikadatama kwenye kochi tayari kulala. Usingizi ulikuwa umenishika wa mang'amung'amu kisha nikagutushwa na mtu. Nilifikiria ni Makusudi lakini nilipotazama alikuwa Pendo. Alikuwa ametoka kitandani kuja kulala nilipokuwa. Nilishtuka! Niliamka na kuketi.

"Pendo? Kuna shida gani?" nilimuuliza.

"Siwezi kulala peke yangu!" alinijibu.

"Sasa uko peke yako ama tu pamoja?" nilimsaili.

"Niko pekee! Kitandani peke yangu!" alinijibu kimzaha.

"Nami sijazoea kulala na mtu!" nilimpasha.

"Hulali na mtu Mfanisi! Unalala nami! Nami Pendo! Utaniogopa ukinioa?" aliniuliza.

"Naam, si vigumu kukuogopa! Pia nawe ni mtu na....!"

"Mimi si mtu tu! Ni zaidi ya mtu ambaye ni.....! Marafiki hupendana! Wapenzi huaminiana!" alidakia.

"Zaidi ya mtu vipi? Hata rafiki ni mtu! Hata mpenzi ni mtu! Mke ni mtu pia! Nami naogopa kulala na watu!" nilisisitiza.

Wakati huo wote, Pendo alikuwa ameketi sako kwa bako nami. Alinisumbua kwa muda huku tukiulizana maswali mengi yasiyo na majibu halisi. Niliposhtuka, ilikuwa saa kumi na nusu.

Niliamua moyoni kuichukua Kamusi niliyopewa na hayati mamangu nikakesha nikiichambua. Pendo alikuja kuketi karibu nami. Sikusema lolote. Alikuwa bado yu na shimizi na kanchiri. Alinishika begani kifua chake kikanigusa na kunidara kidarini. Ngeu ilinichachawa.

Aliichukua ile karatasi niliyokuwa nimetungia shairi kisha akaghani na kurejea kitandani. Alishangaa kuona kuwa nilikuwa malenga.

Aliniuliza maudhui ya shairi hilo. Sikumjibu! Nilikataa kata kata!! Nilijiambia moyoni kuwa ujumbe ulikuwa umetua ulikofaa na ulikokusudiwa.

Nilikaa pale ukumbini huku nikiisoma ile Kamusi ya hayati mamangu. Makusudi ndiye aliyenizindua saa kumi na mbili alfajiri. Nilikuwa nimenuna na kununiana. Alinieleza kuwa Sudi alimkatalia waende hadi kwao. Alilala huko!

Niliwaza juu ya jambo hilo lakini sikuona yakini ndani mwake. Yawezekanaje mtu aende alale kwa akina banati rafikiye pasi sababu mahususi? Hajamwoa! Wazazi wake hawamjui! Hata kama wamjua na ni wapole kama kondoo! Si utovu wa nidhamu? Si sawa na anayewekwa kimada naye ni rijali? Yawezekana mke achukue mume waishi naye kwao katika jamii ya kiafrika? Mambo mengine ni dhahiri. Mume aoe! Mke aolewe! Mambo yasibadilishwe kichwangoma au kitwantariki!

Pendo aliondoka che! Tulimsindikiza pamoja. Alinisisitizia kuwa azma yake ilikuwa ingali mbichi kwangu. Hakuwa ameangema! Alikuwa na matumaini japo kwangu yalikuwa ni kama mayai viza.

Siku ya kwanza ya juma shuleni, tulipiga foleni zetu kwenye gwaride. Walimu walitoa wasia wao kisha mwalimu mkuu akamalizia jinsi ilivyokuwa kaida. Sote tulifumukana kwenda madarasani isipokuwa kiranja mkuu wa mabinti pamoja na wavuli wanne akiwamo sahibu yangu Makusudi na Sudi. Walipewa *suspension* ya majuma mawili kila mmoja kisha baadaye wakashauriwa waje na wazazi ama walezi wao. Mwalimu mkuu alisema kuwa wangejadili na wazazi ama walezi wao kisha endapo hali isingeridhisha basi wangepewa *expulsion*. Fununu zilikuwa zimezagaa kama moto katika kichaka kikavu kuwa wale wavuli walimlevya yule banati na kisha baadaye wakamwingia pasi huruma. Walimvua lebasi na kumwacha uchi wa binadamu nje kwenye tariki mchana wa Muumba. Alishinda siku nzima vivyo hivyo huku wenye macho wakimtazama pasi kutozwa ada yoyote kwani mwenye macho haambiwi tazama.

Baada ya macho ya adinasi kushiba na kuridhika, ndipo walitokea wahisani wema wakamvisha lebasi. Alisitirika!

Huenda ni uhayawani! Huenda ni ubinadamu razini! Sikuelewa mimi! Kwani mja alewe chopi chopi ndipo aingiwe? Hisia na huruma za binadamu zi wapi? Hisia huibuka wakati akili za mtu ni timamu! Nao ulevi ni nusu ya kupungukiwa! Akili zinamwaambaa mtu! Kuna utukufu gani kwa hilo? Mbona kujidunisha vile? Kunajisi na kuua ni mamoja tu! Kunajisi ni kuumiza si kufaidi kwa lolote iwe kwa mtenda ama mtendewa! Lau hayo ni matunda ya ulevi kwa wake basi ulevi ni gharama na izara. Hata wanaume wana madhara yao mengi tu. Kufanyiwa kitu kiwe kizuri au kiovu huwa ni athari kwa pande zote; kwa mtenda na mtendewa. Ulevini lebasi hugeuzwa kuwa msala na mengine belele.

Juma hilo lilikuwa lenye viroja na vitimbi. Wakati huo ndipo mwalimu wetu wa somo la Sayansi ya nyumbani alimwingia mvulana wa kidato cha pili. Alimpeleka baani baada ya shule akamlevya na kisha kumtenda unyama huo. Huenda sababu zilikuwa ama ulevi ama usihiri. Alituliza hisia zake za uchu. Uchu ambao haukumtofautishia mwanafunzi na wengine ambao huenda walikuwa mabasha. Uchu ambao ulimpa izara na hatima ya yote kupoteza kazi yake. Mwisho, alipotelea mawinguni na kutoweka kabisa!

Upande wake Pendo, alikuwa amegombezwa kwao kwa madai ya kulala kusikojulikana. Wazazi wake walifika hadi shuleni akaadhibiwa huku akifumba kinywa asitambue alikolala. Huenda kwa wazazi wake lilikuwa fumbo, lakini kwa wanafunzi shuleni lilikuwa jambo wazi. Walimaizi hilo na kuliweka kwenye fikira zao. Nisingejitetea asilan.

Nilizidi kushangaa kwa mambo mengi yaliyokuwa yakitokea. Mara nyingi sikupenda kutembeatembea. Nilishinda chumbani kwa Makusudi baada ya shule nikizifanya kazi za shuleni na baadaye uraibu wangu.

Wakati mmoja, nilikuwa nikikagua buku la picha za Makusudi. Nilipolifungua katika ukurasa wa kwanza niliona Makusudi akiwa uchi huku watu wakimzingira. Nilicheka mbavu zikanikauka. Alikuwa katika hafla ya kusalimiana na kisu cha ngariba. Nilifungua tena. Niliona akiwa na vivumanzi huku akifuatwa na halaiki ya watu. Huenda walikuwa wakiimba kama wafanyavyo wakati wa sherehe za tohara. Alikuwa kama mnyama aliyepotea akimjuvya mwenyeji wake aliko. Picha iliyofuatia ilikuwa yake na Sudi wakiwa wameshikana na kuwekeana miguu mwambani. Picha hiyo iliniatua moyo. Niliwaza mengi kuihusu. Sikuendelea kulikagua buku lile.

Niliondoka na kuenda kitandani kupumzika. Nilijikuta nimesinzia na hatimaye kulala. Muda si muda, nilikuwa katika luja. Niliwapambanua na kuwahakiki Bahati na Pendo akilini. Pendo alikuwa kidosho mrembo asiyesemezeka. Kwa umbo na kwa kujipamba. Alikuwa mwingi wa pendo na penzi mtimani. Alikuwa mvumilivu na mwenye ari ya ajabu. Licha ya kumtendea hayo yote, alikuwa hajakata tamaa! Matumaini yake yalikuwa thabiti. Sikujua hatima yake.

Bahati alikuwa na bahati kweli. Alikuwa banati asiye na kifani chake kokote katika kizazi hiki; huenda tu katika kizazi cha awali. Alikuwa na mapenzi yenye nta kwa jinsia nyingine. Alikuwa na gimbi la kuvuta na kuvutia sana. Wengi walimwita *figure eight*. Wavulana wengi walitamani kuwa na binti kama huyo. Hakupungukiwa ucheshi na udamisi. Alikuwa na hekima na busara. Asingekosa kwenye kapu la uvumilivu na wavumilivu wachache pia!

Mawazo yangu yalilewalewa kwa hao mabinti wawili. Walikuwa wamesisitiza matilaba yao ya penzi langu. Nilikiri moyoni kutuliza ari yangu na kusubiri hatima ya penzi langu. Huenda nikaoa! Huenda nisioe! Yote yalikuwa katika majaaliwa ya Mwenyezi Mungu na katika uweza wake. Wanadamu hawakuwa na uweza zaida ya Manani.

Makusudi aliwasili saa kumi na moja jioni akanichukua kunitembeza mjini. Baada ya matembezi, tulirudi tukaandaa chajio. Tulikula. Tukafurahi na kulala.

Siku ya kufuatia tulihudhuria mazishi ya rafikiye Sudi. Alikuwa ameaga dunia juma moja lililopita akijaribu kuavya. Wazazi wake walikuwa simba. Alitaka iwe siri lakini kwa bahati mbaya kwake akatupa mkono. Ilihuzunisha mno!

Mwaka huo ulikuwa mrefu na wenye vituko kwangu. Nilikuwa nimejifunza mengi. Wanafunzi wengi walisita kuendelea na masomo yao sababu zilikuwa kuhimili au ukosefu wa karo. Nilisikitika! Nilishukuru Mola kwa kuwa marafiki zangu Makusudi na Sudi walipewa onyo na kurejeshwa shuleni. Walionywa dhidi ya kurudia kufanya usuhuba wa kimapenzi shuleni. Wanafunzi waliofanya unajisi walisitishwa kabisa shuleni. Masomo yao yakafikia hatima ya ghafla. Wazazi wao walitembea shuleni mara kadhaa kuwaombea msamaha ila maombi yao yakawa yakigonga juu ya mwamba. Mwalimu mkuu alidinda asilan! Marafiki zangu ndio waliopewa nafasi ya kujirudi na kuailisha mienendo yao kwa mtazamo na matumaini mapya. Nilifurahi ghaya! Niliwaombea na kuwanasihi wawe na mtazamo mpya hasa subira ya maisha ambayo hatima huvuta heri. Niliona nuru ya mabadiliko na mema maishani mwao.

Sura ya 9

Mwaka wangu wa pili katika shule ya Kinzani. Mambo yalibadilika. Yalikuwa magumu zaidi ya pembe za mbogo. Sikuona haja ya kuishi tena. Pendo alisababisha uhasama kati yangu na mkaza-hau Bi. Msisimo; hakutaka tena nisome. Alimshawishi hau Kisito lakini alikataa asilan. Hau Kisito alikuwa amedhamiria kunisomesha. Alikuwa ameacha uuwi wa hapo awali na kuingiwa na wema wa utu!

Baadaye mjomba alianza kuugua. Uwele huo ulimzidi ukasababisha aache amali yake. Kwa sudi, alikuwa amenilipia karo yote ya mwaka. Ilikuwa wazi kuwa huenda asingekuwa amelipa masomo yangu yangesita kichele au milele. Baada ya mwezi mmoja wa kupambana na maradhi hau alitupa mkono. Nilisikitika nikalia kwa uchungu. Maisha yangu yaligeuka na kuufuata mkono mwingine. Waama maji hufuata mkondo!

Niliyagura makazi ya hayati mjombangu kabisa kabisa na kwenda kwake Makusudi. Sikuwa tayari kushirikiana na hasidi wangu mkaza-hau. Kwa upande wa masomo, niliendelea kwa ari na ghera. Fedha zilikuwa zimelipwa na hau mwenyewe. Sikuwa na budi kutenda kwa kusoma kwa bidii kama tunu adhimu kwa hayati mamangu na mjombangu!

Kule kwa Makusudi, nilizidi kuyaona maajabu. Waima ukistaajabu ya Musa na ya Firauni hukosi kuyaajabia zaidi. Kilitokea kisa kimoja ambacho sijakisahau hadi leo. Nilimwona mama mmoja mwenye sokomoko. Alikuwa amelewa chopi. Huenda alikuwa amevuta unga! Mama yule alikuwa kifua wazi. Alikuwa amevalia sketi tu! Malapulapu yake yalikuwa nje yakiadhibu kifua chake. Yalikuwa yakining'inia kama popo kwenye tawi la mti. Ajabu ni kuwa, hakuwa na shika kifua ya akina mama! Yule ajuza alikuwa akiishi na bintiye. Kazi yao kuntu ilikuwa ugemaji. Waliishi na kula kwa ugema.

Maharimu hawa walikuwa na hulka za kuwapiga wanaume na kuwanyang'anya njenje zao. Marijali waliopiga mtindi wakatindikiwa na nguvu za kujidhibiti. Siku hiyo ilisemekana kuwa rijali mmoja alikuwa amekunywa tembo aina ya chang'aa piwa ya shilingi thelathini pasi kulipa. Waligombezana kwa maneno makali makali kama sime kisha wakaanza kupigana. Walipolemewa na yule rijali kwa kuwa wote walikuwa chopi, binti aliingia chumbani ili aje asuluhishe kwa upanga. Aliamini kuwa amani haipatikani ila kwa ncha ya upanga. Katika harakati na kukuru kakara za kusuluhisha, alimdunga yule mwanamume manyuma. Fauka ya hayo, sime ilikosa adabu za mwenyeji na kumpata mamaye kwenye sikio. Walumbi waliamba eti vita havina macho!

Waliokuwapo waliingilia kati kuokoa lakini yule rijali alinyang'anywa hela alizokuwa nazo huku mama akikimbizwa hospitalini kushonwa sikio lake. Huenda hapakuwa na muujiza wa Yesu aliporejesha sikio la yule bwana aliyekatwa na Petro katika msahafu wa Biblia kulingana na dini ya Kikristo.

Nilizidi kukaa pale kwa Makusudi huku tukisaidiana kama ndugu wa kufaana na si wa kufanana. Siku moja baada ya shule mchana kutwa tuligawana majukumu pale nyumbani. Nilibaki nyumbani hiyo machweo kufua sare zetu za shuleni na nguo nyinginezo. Makusudi alienda kusaga na kisha baadaye ajukumike kuandaa chajio. Aliporudi alikuwa na barua mbili mkononi; zote zilikuwa zimeelekezwa kwangu. Nilizichukua nikaziweka pochini.

Baada ya shughuli zangu, Makusudi alikuwa ameandaa chajio. Tulikula pamoja. Usiku huo sikudurusu vitabu vyangu. Nilizitoa zile barua huku nikimwacha Makusudi akidurusu matini yake. Niliirarua bahasha ya kwanza kisha nikaanza kuisoma;

Kwa muhibu Mfanisi,

Uhali gani? Natumahi u mzima kama kigongo. Hali kwangu si njema kama jinsi ingalikuwa ungalikuwapo.

Madhumuni ya barua hii ni kukujulisha kuwa mimi nimekuwa mgonjwa tangu tulipokuwa pamoja mara ya mwisho. Usishangae na kushtuka kwa nini sijawa nikija shuleni. Sasa nimeanza kupata nafuu na tutaonana hivi karibuni.

Lengo langu ni kuwa tuishi pamoja siku zijazo tukiwa mume na mke! Ningali nakupenda. Maradhi yamenifanya hoi bila wewe. Naamini kuwa Makususdi na Sudi wa wazima na wanaendelea vyema. Naomba tuwaige na tuwe na penzi la dhati.

Je, utapatikana siku ya Jumatatu? Natumahi tutapiga picha pamoja! Ibusu barua hii kwa ishara ya pendo la dhati kwangu. Usiwe na wasiwasi kwani mimi ni wako daima. Nijapo tukae pamoja tuzungumze zaidi.

Kwaheri mpenzi!!
Pendo Kolea.

Waraka huu ulinishangaza sana na kunisikitisha. Mtu kukuita muhibu pasi mkataba wowote maishani kilikuwa kioja. Malengo yake muhimu aushini ni kuolewa na kuolewa tu. Naam, mimi Mfanisi hili ni suala ambalo li mbali na fikra na mawazo yangu. Ni kama giza na mwangaza hasa! Kuolewa kwa adinasi ambaye hana mpango na ndoa yenyewe si ajabu? Kuolewa na mtu ambaye hana mawazo na fikra kama hizo si sawa na kuuma jongoo kwa meno? Je, inawezekana? Ni sawa kupenda asiyependeka. Ni sawa kujenga nyumba ya karatasi? Ni sawa kujenga ghorofa kwa barafu? Si kioja tasa kupata mwana? Si kioja mgumba kupata mwana? Tasa hujifungua? Naye mgumba hupachika mimba? Yote hayo hufanyika tu wakati wa miujiza! Gumba anapooa hupata mwana kwa muujiza tu! Tasa anapoolewa hupata mwana kwa muujiza tu! Mambo hugonga mwamba zaidi tasa anapoolewa kwa gumba! Ijapo huwa si hatima kabisa ya kutopata mwana ila pana matumaini hasa wote wanapomtegemea Muumba wao. Pendo asubiri muujiza; ingawa apendwaye akajua hujishaua, nami simo katika kundi la kujishaua!

Niliirarua ile bahasha ya pili nikaanza kuisoma;

Kwa Mwendani Mfanisi,
Pokea salamu nyingi kutoka hapa kwangu mimi ni mzima, hofu na mashaka ni kwako, Natumahi u na siha.

Tangu tulipokuwa pamoja ukitoka Mwanza, nimekuwa nikikuwaza daima akilini mwangu. Tulizungumza ukanipa moyo. Ningali nakupenda na kukuenzi zaidi ya mboni za macho yangu. Nani ajuaye mapenzi kama wewe? Huenda mimi ndimi niliye katika giza la kaniki la kutojua

Ni ajabu kuwa eti ulienda Nakuru. Kwa nini ukaamua hivyo? Hukunijuza hata! Kwa nini siku hizi hutungi mashairi? Sijaona jina lako kwenye gazeti la Taifa Leo. Usiache hicho kipaji! Hicho ni kipawa na tunu kutoka kwa Mkawini. Hapa chuoni kuna changamoto sana, lakini nakumbuka kuwa usiache mbachao kwa msala upitao. Nikumbuke! Unikariri katika akili na mawazo yako jinsi nifanyavyo. Soma kwa bidii kwa manufaa ya wana wetu.

Kwaheri wa moyo!
Edith Bahati.

Baada ya kuzisoma na kurejelea tena na tena, nilitikisa kichwa. Nilitabasamu. Nilimpa Makusudi barua azisome. Baadaye alianzisha mdahalo.

"Huyu Bahati ni nani?" aliniuliza.

"Ni banati mmoja tuliyekuwa tukisoma naye katika shule ya msingi kule nyumbani," nilimfahamisha.

"Naye ana nini ?" aliuliza.

"Ana mzigo wa pendo!" nilimchimba kimawazo.

"Anakuhitaji?" alinisaili tena.

"Si kwamba ananihitaji. Azimio lake ni zaidi. Ni mtegoni!" nilimwarifu.

"Mtego? Mtego wa nini?" alidakia.

"Mtego wake wa mahaba! Mie ni panya naye mtegaji!" nilimjibu.

"Vipi tena mtegoni?" aliuliza akicheka.

"Kuandamwa pasi hiari!" nilikuli.

"Haya! Utajipanga! Usipojipanga wao watakupanga!" aliniarifu.

"Watanipanga vipi?" nilimsaili.

"Si Pendo si Bahati! Utachagua yupi?" aliniuliza.

"Bahati sina mkataba naye. Tena mapenzi ya moyoni sina! Pendo naye ana pendo lake kwangu. Mimi sijawahi kunena lolote kwa njia ya makubaliano naye. Sina mpango kama huo! Mapenzi yake huenda ni ya chati ama dhati, sina habari mie! Mapenzi ya Bahati huenda ni ya bati!" Nilimyumbisha akili yake.

"Haya! Shauri lako. Ningekuwa wewe ningewachukua wote almuradi wakinipenda nami niwapende!" Alifungua moyo wake huku akienda miayo.

"Naam, umegonga ndipo! Ilimuradi wakupende nawe uwapende. Kumbuka wote wanipenda lakini nami moyo u mbali mbali kama mauti! Si kwamba namchukia yeyote; la hasha! Siwapendi kwa njia ya mahaba. Ni marafiki! Tena marafiki tu!" nilimtaarifu.

"Basi shauri ni lako na shida ni zako! Chukua wote uwapende uepuke baa. Kumbuka, urafiki pia huenda ukatumbuka mapenzi. Mimi naenda kulala!" alisisitiza Makusudi.

Nilikaa pale nilipokuwa. Nilianza kuwachambua waandishi wote. Kila mwandishi mmoja mmoja kwa kina na uketo.

Bahati alikuwa kidosho mzuri na mwingi wa haiba. Alikuwa wa pekee! Banati mbaraza, mcheshi na damisi. Urembo wake ulivuta na kuvutia kila aliyemtazama almuradi ana jicho la utu. Alikuwa msichana kayaya na mwenye mnato wa mapenzi. Nilimwombea bahati na sudi maishani mwake!

Pendo alikuwa mrembo pia. Pendo na penzi lake havikuwa vya kifani. Alikuwa si mweupe si mweusi. Kimo chake kilikuwa kiasi. Alikuwa msichana kayaya na mnyamavu kiasi. Alikuwa wa kuvutia. Asingemwudhi nzi seuze insi? Muradi, mambo yake yalikuwa kiasi kama kiazi kikuu. Nilishindwa cha kufanya kwa namna ya kumfaa awe yeye Pendo ama Bahati. Kila mmoja azimio lake lilikuwa ni hekaya tu kwangu mimi!.

Tulilala kitandani usiku huo huku nikiwa katika mawazo. Nilijigubika gubi gubi kutoka utosini hadi unyayoni. Nilifikiria kuwa huenda kujifunika kwangu kungekuwa kinga kwa fikra na mawazo, lakini wapi? Mambo akilini mwangu yalikuwa si Pendo Kolea si Edith Bahati. Niliwazia namna ya kuwasaidia ila nikajua kuwa ipo siku watazinduka. Mwenye fikira hasiti kufikiria eti!

Niliota kuwa tulikuwa tumealikwa na Bahati katika densi moja. Dansi hiyo ilikuwa imehudhuriwa na watu tofauti tofauti! Wenye hadhi tofauti tofauti kwa kuzingatia itifaki! Tulishikana mikono kila tulikoenda na Bahati. Densi ilianza rasmi. Tulichezewa nyimbo za wanamuziki maarufu nchini na nchi zote za Afrika Mashariki na kati. Tulicheza huku Bahati akinishika kiunoni na kunigandia kama gundi. Hatukusita kupeana chambi. Kwenye densi hiyo alikuwapo shababu mmoja aliyemshawishi amuoe Bahati. Bahati alidinda na kukataa kwa kinywa kipana. Alimweleza kuwa alikuwa na mtu spesheli moyoni mwake. Yule shababu alizua zani alipogundua kuwa nilikuwa mimi. Alinishika ukosi wa shati langu tayari kunitupia makonde. Alichopoa sime kutaka kunidunga lakini Bahati akapiga usiahi na kunivuta haraka. Nilizinduka. Taa ilikuwa ingali ikiwaka. Nilipomtazama Makusudi, alikuwa nusu kaputi. Niliizima na kuendelea kulala.

Katika ruiya yangu ya pili, niliota tukiwa naye Pendo. Tulikuwa tumepanga harusi kubwa ya aina yake iliyohudhuriwa na viongozi kadha nchini. Pamoja nao, alikuwapo rafiki wa dhati aliyekuwa waziri wa mipango na turadhi za kitaifa bwana Zuge. Sijui kwa nini nikamuwazia

Zuge kuwa waziri kwa wakati ule. Mtu aliyekuwa akiburura mkia shuleni kuwa kiongozi wa taifa nami niliyekuwa nikiongoza sasa nikiongozwa. Nilinywea na kushukuru Maulana kwa kuwa harusi ilikuwa imepangwa ikapangika. Sikujishughulisha kuwazia tena ya Zuge na uongozi wake. Nilifahamu kuwa hayakunihusu ndewe wala sikio katika dunia hii ya mambo juu chini na chini juu! Kinaya tu!

Siku yenyewe ilipofika, viongozi wa ngazi zote waliwasili. Watu walikuwa wamejaa sisisi katika ukumbi wa harusi. Uliwameza na kuwatapika wengine. Nyimbo mbali mbali ziliimbwa na kuchezwa almuradi ni za harusi. Waja walifurahia na kusherehekea kuunganishwa kwangu na Pendo. Uongozi wa taifa ulikuwa umeidhinisha kwa kutoa cheti tukabidhiwe. Walikula wakanywa na kuacha vingine. Cha mno kwangu kilikuwa kuidhinishwa rasmi kuwa mume wa Pendo Kolea mbele ya viongozi waadhama wa taifa wakiongozwa na bwana Zuge waziri maarufu na wa kutegemewa katika taifa zima. Waama harusi ni pumbao! Huwapumbaza waja, wale na kunywa na baadaye kuwaachia maarusi si uhondo si madhila ya maisha; vyote visivyo na kifani. Kwangu ilikuwa ndio mwanzo naanza uhondo wa mapenzi! Nilikuwa juha asiyejua kuunga rakamu za mahaba. Ilikuwa siku njema kwangu! Siku njema ya kuufungua mlango wa nyumba yangu mpya.

Muda ulifika! Nilimpiga Pendo pambaja na kumkumbatia kwa mahaba ya dhati. Mfawidhi alikuwa tayari kutuunganisha rasmi kuwa mke na mume. Bahati alitokea na kupinga kwa kinywa kipana mwelekeo wa pete katika chanda changu na cha Pendo! Niligutuka na kuzinduka kutoka kwenye usingizi! Niliangalia juu paani katika giza totoro. Nikaona paa kwenye vimulimuli vya macho yangu. Niliyahesabu mabati kwa mara ya kwanza, sikupata hesabu kamili. Nilimwangalia Makusudi kizani. Sikumwona. Nilisikia miroromo ya mja aliyekuwa maiti tu kitandani! Nilishika tama kizani! Niliwaza juu ya zile ruya mbili, lakini zikawa sindano kwenye mgunda mkubwa wa ngano. Sikujishughulisha!

Macheo, nilirauka nikiwa nimechoka tiki. Sikuenda shuleni. Mkazahau Bi. Msisimo alituma habari kuwa alinihitaji. Nilidinda! Sikuwa tayari kurudi kwake. Nilifahamu kuwa ilikuwa ni shida kuenda kuishi na hasimu wangu.Naam, hasimu hasa! Tena baada ya aliyekuwa akinitetea kuondoka kwa safari ya mautini. Haikuhalisi! Huenda alikuwa na njama nyingine fiche mbali na kuniona alikokuwa akidai kuwa alinihitaji.

Baada ya kuufanya mtihani wa kidato cha nne, Makusudi alienda kwao. Alienda kujiandaa eti kusherehekea ukumbusho wa kuzaliwa kwake. Sherehe ambayo wengine hawakuielewa hasa mimi binafsi. Nieleweje ilhali sikuwa nafahamu hata tarehe yenyewe ya kuzaliwa? Heri wao!

Aliwaalika wahisani wangu wa Mwanza Holele na Veronika; hasa nilipomweleza kuwahusu na namna tulivyokaa na wao kule Mwanza. Waliitikia mwaliko huo wa kirafiki kuja kujenga urafiki zaidi.

Punde tu kabla ya sherehe, Makusudi alikuja kutuchukua katika stani ya Nakuru mjini. Tulikuwapo pamoja mimi, Sudi, Pendo, Holele na Veronika; mkewe mbasi yangu Holele. Tulikuwa tumemwalika Sambaza ila hakufika. Huenda alikuwa angali mbaroni.

Tulipanda garini kuenda kwao Makusudi. Tulikuwa tukielekea kule Nyahururu kuliko na uhuru wa kufanya kazi na matumaini ya kesho kwake Makusudi. Tulipofika tulikuta kila kitu kikiwa tayari kimeandaliwa vyema. Kilikuwa namna ilivyotarajiwa. Sherehe ilianza usiku huo pasi kusita; kukesha kuamkia siku nyingine hasa!

Tulijuana tukashibana. Hasa ndimi niliyekuwa wa kuwatambulisha kila mmoja maana wao walikuwa hawajuani. Tulikesha usiku huo tukipiga soga za kuongoana. Nilimfahamisha Holele kuwa nilikuwa nimeufanya mtihani wangu wa kidato cha nne. Alifurahi pamoja na mkewe. Mkewe alikuwa amehitimu na sasa alikuwa akifunza shule moja ya sekondari kule Mwanza. Holele naye alikuwa ameajiriwa katika kampuni moja ya uhasibu pale Mwanza mjini. Alikuwa na mshahara afadhali kuliko ule mkia wa mbuzi wa awali.

Pendo na Sudi walishangaa kuwa niliwahi kuishi Mwanza, Tanzania kwa kuwa hakuna aliyekuwa amewahi kuwagusia hayo. Kwake Makusudi mambo yalikuwa tu kuthibitisha kutoka kwao wahisani wangu wa Mwanza. Hata hivyo, sikujitanua. Nilitulia na kuwaangalia tu kwa macho ya kuwaambia kuwa sasa walijua na kufahamu uyakinifu wa mambo.

Tulikula! Tukala! Tukala! Tulishakiri! Tulikunywa! Tukanywa! Tukanywa ! Tuliridhika kweli! Tulishakiri tukaridhika. Hafla pasi mlo haiwi hafla. Hivyo ndivyo walivyonena marafiki wangu wa dhati.

"Naomba niondoke mabwana," alisema Holele muda baada ya kucha.

"Utaondoka hivi punde subiri," Makusudi alimjibu.

“Sawa. Mjue kwamba sihitaji kukaa sana mabingwa. Nitarudi wakati mwingine kuwatembelea,” Holele alikuli.

“Haina shida ila subira huvuta heri,” nilidakia.

“Bwana mkubwa,” alianza Makusudi, “huyu ndiye binti huenda tukaishi naye hivi karibuni tukishakomaa,” alimwashiria Sudi huku akimgusa begani.

“Binti mfupi huyu? Aaaa! Yeye ni babukubwa. Shangingi hasa! Bila shaka urembo wake unataswiri kilindi cha moyo wake. Ninakuunga mkono pamoja na mwili wangu mzima!” Holele alilonga.

“Ahsante mwadhama wangu,” alikuli Makusudi.

“Mtazame huyu!” Holele alisema huku akimshika Veronika mkono na kuuinua.

“Nimemwona!” alidakia Makusudi.

“Huyu ni wangu kindakindaki. Mke wa ndoa na harusi! Nampenda sana kama mboni za macho yangu!” alihitimisha Holele.

“Naam! Nilikuwa nimearifiwa na Mfanisi,” Makusudi alitoa kauli yake.

“Mfanisi huyu ni mwema lakini hana uamuzi yeye!” alisema Veronika.

“Nawe unaonaje juu ya chaguo langu?” Makusudi alimchimba kiumbeya Veronika ili kupata kauli yake.

“Ni chaguo spesheli!” Veronika alijibu kukatiza uchokozi.

“Ahsante sahibu,” alisema Makusudi.

“Dunia ina mambo,” aliendeleza Veronika,” mambo mengi sana. Waidha kuwa mvumilivu ule mbivu au tafuta na uwe mwaminifu kwa mwenzio muda utimupo.”

“Basi nawaalika harusini wakati aali ufikapo, ama vipi Sudi?” Makusudi aliwaarifu huku akimuuliza mwenziwe.

“Ni hivyo. Umegonga ndipo muhibu!” Alidakia Sudi huku wote wakicheka kwa utani mmoja.

“Ni sagai au harusi yenyewe?” niliuliza kwa kutaka kujua.

“Sherehe ya kuwaunganisha!” alinena Pendo.

“Tarehe yenyewe ni ipi?” Veronika aliuliza.

“Tutawajuza kupitia kwenye rununu,” Makusudi alijibu.

“Nawe je?” Veronika aliuliza huku akiniashiria.

“Ningali mchanga binti,” nilimweleza.

“Mchanga!” Wote walimaka sawia.

“Tena mkembe kabisa. Ubwabwa uningali shingoni!” nilisisitiza.

“Haya! Kwa ukembe wako pia wastahili sana!” alinena Holele.

“Nastahili nini?” niliuliza.

“Endapo si kuoa ni mchumba! Msake mwenzio hasa!” alidakia Veronika.

“Lakini kuchumbia si kuoa. Nami sipo tayari kuoa. Aidha sihitaji uchumba usioishia ndoa!” Nilinena kwa kinywa kipana.

“Tutageuza kuchumbia kuwe kuoa kisha tupigiwe mifano maishani,” alilonga Pendo.

“Yategemea!” nilisema.

“Yategemea nini?” alisaili Makusudi.

“Wahusika wa uchumba na uchumbiaji au sivyo Holele?” Nilimshtua Holele kwa dhana ya kuomba mchango wake.

“Umegonga ndipo! Lakini naona mnafaana na kufanana na huyu banati!” Holele alimwashiria Pendo.

“Umdhaniaye ndiye kumbe siye…!”

“Naye umdhaniaye siye kumbe ndiye” Pendo alinikatiza.

“Kauli zenu zaelekea kumoja. Waama waarabu wa Pemba hujuana kwa vilemba!” Alinena Holele.

“Si waona wako wawili ambao wanatafakari! Huenda wanatafakari jinsi harusi yao pia itakuwa,” Makusudi alinena huku akitabasamu.

“Huenda! Sijui! Ya Rabana ni mengi! Binadamu aweza kupanga hivi kisha Rabuka akayapanga vingine!” nilikuli kwa staha.

“Lakini mengi hupangwa na wanadamu wenyewe kisha Muumba akaidhinisha,” Pendo alisema.

Wakati huo wote saa zilikuwa zimeenda sana. Ilikuwa imepambazuka nalo jua lilikuwa limeutimua umande mbio huku likisalimiana na vileleta vya milima. Kulikuwa kumekucha! Kulikuwa kumepambazuka!

Holele na Veronika waliondoka na kutuhakikishia kuwapo kwao kwenye harusi za wendani wetu Makusudi na Sudi endapo ingekuwa namna ambavyo waliwazia kwa majaaliwa ya Ghafuri na Jalali. Tulizidi kusherehekea hadi machwa. Machweo yale, tulisafiri kurudi tulikokuwa tukiishi.

Nilianza kutafuta gange katika mji wa Nakuru lakini sikupata. Si kwamba kazi haikuwapo, kazi zilikuwa nyingi ila mbegu za chirimiri na ukabila zilikuwa zimetupwa kwenye ardhi ya rutuba na kuota. Zilikuwa zimekitisha mizizi na kukua kiwango kwamba kuzing'oa kungehitaji kifo na mauti.

Kila afisi ilihitaji ununue kazi. Ilitegemea kujuana na wadau pale afisini. Ungalikuwa mtu ambaye hamhusiani kwa damu wala usaha usingalipewa japo kazi ya ufagizi pekee. Usingalikuwa ama topasi ama mhasibu kwenye ofisi yoyote ile.

Kwangu niliona kuwa, huo haukuwa utu hata chembe. Yawezekanaje mtu mwadhama amwache mtu aliyetimu na kuhitimu kazi fulani kwa kuwa si kabila lake? Je, atakuwa mshikadau yupi yeye? Wa jamaa, aila au jamii? Hii si mojawapo wa sababu za nchi nyingi kutoendelea? Watu hujitakia makuu, katika kujitakia makuu, wakajidunisha wakifikiri kuwa wanajidumisha! Wakakosesha jamii kuendelea kwa mtajo wa ukosefu ambao sivyo katika uhalisia wake.

Nilijiajiri. Uhalisia wa maisha ni kuwa si wote wanafaa kuajiriwa ofisini. Hiyo ndiyo sababu ya watu kwenda shuleni kusoma ili kupata ujuzi wa kujikimu kimaisha. Niliamua kununua na kuuza magazeti na majarida. Nilifanya kwa muda. Kazi ikanikubali na kuniingizia japo fulusi za kununua maji.

Baada ya matokeo ya mtihani wa kitaifa, Makusudi alianza kujiandaa kwa sagai yake. Aliona kuwa amepata gredi ya chini ambayo isingemwezesha kuendelea na masomo yake. Sudi naye alikuwa amefaulu kwa wastani japo wavyele hawakuwa na hela za kumwendeleza kielimu. Waliamua kubadili mkondo wa maisha na kufungua chuo cha rasmi cha ndoa. Walikuwa wamekata matumaini kuendelea na masomo yao na kuyapeleka matumaini yao kwingine. Waliwazia kuwa huenda ipo siku wangejaaliwa wakiwa kule kwingine. Wazazi wote hawakuwa na ya ziada ila kuunga mkono. Mkono usioweza kuukata ubusu eti!

Alizichapisha kadi za ualishi. Walipanga tarehe yenyewe mwezi wa sita. Tulimpigia rununu Holele aje awe *bestman* pamoja na mkewe Veronika. Alikubali. Alikuwa amemfahamu Makusudi na Sudi hivyo hakuwa na pingamizi kwao. Alijaribu kuwashauri juu ya elimu ya chuoni lakini wakamweleza masaibu yaliyokuwa yamewaangalia kwa macho ya pembeni. Alikubali ila akawashauri ndoa isiwe hatima ya maisha yao. Aliwashauri kuwa na tumaini na mtazamo wa kuyaendeleza masomo yao. Walikubali na kujipa tumaini!

Siku ya sherehe, mambo yalikuwa jinsi yalivyopangwa. Watu waliingia na kutoka katika ukumbi wa *Universal Church of God* (UCG). Walikuwa katika shughuli za kumngoja na kumsubiri bwana harusi. Bibi harusi alikuwa tayari amewasili. Walikuwa na hamu na hamumu.

Sherehe hiyo haikuwa na vikwazo. Bwana na bibi harusi hawakuwa wa kabila moja. Ilifanya niitofautishe na ile ya Holele kule Mwanza ambapo jamaa wa karibu wa Holele walidinda kuhudhuria kwa madai kuwa alioa asiye wa kabila lao. Ni wazaziwe, amiye na mjombawe ndio waliohudhuria tu! Hakujali kukosekana kwa wengine almuradi alikuwa na baraka za wazazi wake. Alishukuru sana!

Bwana harusi Hilari Makusudi aliwasili baada ya muda mfupi. Sherehe ilianzishwa rasmi katika ukumbi wa kanisa. Insi walikuwa wamefurika furi furi. Walijaa hadi pomoni. Walikuwa sisisi. Hapakuwa na nafasi ya mtu kujikuna anapowashwa kwa namna yoyote iwayo ile. Iliwabidi wengine washiriki wakiwa nje kupitia madirishani.

Nyimbo za kuvuta na kuvutia ziliimbwa; zote za kumsifu Manani, bwana na bibi harusi na za kumkashifu shetani pia. Kuna wimbo mmoja nilioukumbuka daima maishani. Hasa hasa nilianza kuwaimbia maarusi hao kila nilipowatembelea baada ya harusi yenyewe. Wimbo huo ulifaladiwa katika harusi yao. Ulisema hivi;

Hilari Makusudi,
Umpende wako Sudi.

Daima muishi mkipendana,
Daima mzae wengi wana,
Daima mkae mkisikizana.

Hilari Makusudi,
Awe peke wako Sudi.

Waliombewa! Wakaswaliwa na kuunganishwa rasmi. Tulipiga foleni katika msafara wa kurejea nyumbani. Huko ndiko tulikomalizia sherehe hiyo. Maarusi walipewa takrima chungu nzima. Walitolewa hotuba za nasaha na kubarikiwa na wazazi wao. Wazazi waliwalaani ambao wangejaribu kuivunja ile ndoa.

Baada ya sherehe, Holele na Veronika waliniaga wakarudi nyumbani kwao kuwatembelea wazazi. Ilikuwa rasmi kwamba Holele alikuwa akimpeleka mkewe kwao kabla ya kurejea Mwanza. Nilibaki kwao Makusudi na Sudi kwa muda. Wakati huo Makusudi na Sudi walikuwa wameenda katika fungate yao. Naamini walikuwa wameenda kutunga sheria za kuwaongoza katika maisha yao mapya. Naam, kutunga katiba yao hasa!

Nilikaa kule nyumbani kwao nikajuana na kila mmoja. Kati ya wale walionihusudu na kukaa karibu nami ni dadaye Makusudi aliyeitwa Salama. Tulikuwa tumekutana naye mara kadhaa tukiwa shuleni alipokuja kumtembelea Makusudi japo hatukulonga sana.

Tulipendana na Salama. Tukaingiana kwa damu na mioyo. Alinifahamisha kuwa alikuwa akiishi Pwani. Hakuwa ameolewa. Alikuwa akifanya kazi. Alikuwa akifanya katika hoteli mojawapo ya watalii kule visiwani kwa Wangozi. Tulishibana!

Alinisihi niende naye. Sikukataa bali sikuwa na nauli. Alinihakikishia kuwa angenigharimia kila ambacho ningehitaji almuradi nikubali. Kisha angenitafutia kazi kule anakofanya yeye! Nilikubali. Niliona kuwa huo ulikuwa wakati mzuri wa kwenda kumtafuta babangu Emmanuel Mchumo; mwanamume aliyesemekana kuwa babangu. Tulisubiri Makususdi atoke katika fungate yake na mpenziwe Sudi ili tuwaage na kuondoka.

Waliporejea nyumbani niliwajuvya juu ya wazo langu la kwenda Pwani. Sikufungua moyo wangu ila niliwaarifu kuwa nilienda kutafuta kazi. Walikubali. Nilienda kuvichukua vitu vyangu tulikokuwa tukiishi na Makusudi. Tulijipanga kuondoka alfajiri ya siku ya kufuatia. Niliwaaga. Naam, matumaini yangu ya kumpata Emmanuel Mchumo aliyedaiwa na Bi. Mausia kuwa babangu yakawa asilimia mia fil mia. Nilijua na kufahamu kuwa angenifaa pakubwa aushini! Naam, babangu Emmanuel Mchumo aliyenichuma kwa mamangu Bi. Faida na kutorokea Pwani kwenda kuchumia maisha yake huku akimsahau mkewe na mwanawe, aidha kuchuma kuboresha maisha yake pekee ama ya taifa pasi kukumbuka na kujali aila hii ndogo. Ama kaipuuzilia mbali aila hii? Ama kamtupa mwanawe? Nilimaizi na kutanabahi kuwa ningempata anijibie hayo maswali na kutatua utata ulionikumba katika masuala hayo magumu ya aushi yangu! Lipo tumaini mia fil mia! Nilifarijika.

Sura ya 10

Mombasa kulikuwa na mandhari safi. Kulinikubali nami nikakukubali. Huenda ulikuwa mwanzo wa matumaini yenyewe na ufanisi mkubwa. Naam, Mombasa mji wa babangu! Nilipendezwa nako nikaona faraja ya moyo na mafanikio vikija asteaste. Moyo ulianza kudunda kwa kasi ya kawaida ya kibinadamu japo haukuwa umefikia kasi ya mja mwenye siha na zihi stahilifu. Nilifahamu kuwa iwapo imani na tumaini, hatima yake huwa mafanikio!

Niliishi na Salama katika chumba kimoja. Haikuniwia vigumu. Japo watu walifikiria kuwa huenda Salama alikuwa amenifanya kimada. Hivyo ndivyo vijana wengi wa kike walikuwa wakifanya. Walikuwa wakiamua kuishi peke yao hatimaye wakilemewa na nduli wa ndani ya chembe za mioyo yao hufanya uamuzi wa kutafuta. Hutafuta kuoa na hata wengine kuolewa! Haja ya maumbile eti!

Mji uliponijua vyema, niliamua kuanza shughuli za kumtafuta babangu pamoja na kazi ya kujikimu. Salama alinisaidia kutafuta kazi. Suala la baba likawa la moyoni mwangu.

Pepo wa chichiri na chauchau walikuwa wamesafiri pamoja nami. Kila afisi wimbo ulikuwa 'toa chai'. Chai yenyewe ilikuwa cheti cha kukupandisha katika hali ya uadhama uutakao. Kwa bahati mbaya, sikuwa na chochote cha kukiita chai. Hata ningekuwa nacho nisingethubutu kununua kazi. Nilifahamu kuwa kazi zilitegemea vigezo vya kufuzu kielimu ila si kiwango cha hela cha mtu atakaye kazi husika. Pesa huvunja vilima na nguu zikakalala!

Nilikanyaga lami lakini wapi! Sikufanikiwa. Niliambulia patupu! Ajabu ni kwamba vyeti vya elimu havikuwa na maana. Vyeti vya ukabila na rushwa ndivyo vilivyokuwa kipaumbele. Hata hivyo, sikuwa na kiwango cha elimu ambacho kingemtetemesha yeyote ili ashawishike na kunipa kazi. Nilikuwa ningali limbukeni wa elimu.

Milango ya kumpata Emmanuel Mchumo au Malenga Manu ilifungwa. Ilikomelewa na funguo kutupwa kusikojulikana. Nilitafuta! Nikatafuta! Nikatafuta! Lakini wapi! Sikuweza kumpata. Huenda alikuwa amefichwa chini ya ardhi kusikofikika. Huenda alikuwa katika dunia nyingine tu! Nilijijasirisha kuwa upo wakati wa kupatwa kwa mwezi kama jinsi ilivyo kawaida kwa watu kukutana, almuradi wawe na siha vifuani.

Niliona kuwa huenda Bi. Mausia alikuwa amenichezea shere tu. Niliamua kuisaka kazi kwa nguvu almuradi niipatapo niishi pwani milele. Kazi haikuwapo; naye baba hakuwapo! Nilikata tamaa ijapo nikajitia matumaini kuwa ipo siku. Naam, ipo siku! Siku ambayo ningejawa na furaha na kufarijika kwa mema yajayo! Siku ambayo ningeona wema wa baba kwa mwanawe! Siku ambayo matungu yatageuka kuwa matamu ya kunywewa na kumezwa pasi kufumba macho!

Baada ya muda wa mwezi mmoja, Salama alinipatia kazi ya uhadimu katika hoteli alikokuwa akihudumu. Nililinganisha na kazi niliyokuwa nikifanya Mwanza katika Mfaki *Hotel*. Niliona ni kazi nzuri. Nikaipenda sana.

Nilianza kazi katika *Coast Tourist Hotel* huku tukihudumu pamoja na Salama. Tulirauka kila alfajiri. Salama akiandaa staftahi kisha tukiandamana kwenda kazini. Hatukuachana japo kwa majukumu tu ilipobidi!

Nilipoizoea kazi niliazimia moyoni nipangishe chumba changu binafsi. Niliamua kumweleza Salama. Salama alidinda na kupinga kwa kinywa kipana. Alisema kuwa tulikuwa tumezoeana hivyo haikuwa haja ya mimi kutafuta nyumba yangu binafsi.

"Sasa nimezoea kukaa nawe nitabaki vipi peke yangu?" Salama aliuliza.

"Tunapozidi kukaa pamoja, ndipo watu wanapozidi kutufikiria mengine namna unavyoniambia wewe mwenyewe!" nilimjibu.

"Acha wafikirie! Hata ikiwa hivyo hapana tatizo, almuradi hatuhusiani kwa damu wala usaha nawe Mfanisi. *Anyway* nikiolewa kwako hakuna *problem.*" Salama alinishangaza.

"Unajua, wewe Salama ni mhisani mwema. Umenifanya nimejua Pwani ya Kenya. Umenitafutia kazi ya kujikimu. Wewe ni dadaye mbasi wangu wa dhati Makusudi. Sijui itawezekanaje hadi nikuoe ama kuukuza uhusiano wetu kwa namna utakayo?" Nilitoa kauli yangu kutoka ndani ya chembe cha moyo wangu.

"Si vigumu! Kwa kuwa wewe ni rafiki mkubwa wa Makusudi na pia mimi mwenyewe; unaonaje tukiukuza uhusiano zaidi?" Salama aliuliza

"Tayari tuna uhusiano! Tena...!"

“Ahsante Mfanisi. Naomba unihakikishie uhusiano wa dhati!” Salama alinikatiza.

“Enhee! Hukuniacha nimalizie kauli yangu. Tuna uhusiano mkubwa sana lakini wewe kuitwa mke wangu ndicho kioja?” nilimfahamisha kwa mazingatio.

“Kioja vipi?” aliuliza.

“Dadaye mtu kuitwa pumzi zake za uhai si kioja?” nilimuuliza.

“Kioja vipi! Hujui kwamba nyumbani wajua tunaishi pamoja? Hujui kwamba nyumbani wajua kuwa tu katika chumba kimoja? Watu wakiishi pamoja wana maana gani? Acha kuishi pamoja tu! Je, watu wakiishi kwenye chumba kimoja hasa wakiwa mume na mke wana maazimio yapi?” Salama alisaili.

Niliwaza na kuwazua. Kumbe yule binti alikuwa na malengo kama hayo? Kwa nini hakunijuza mapema? Ilikuwa ni njia ya kuninasa au vipi? Alikuwa msichana salama. Binti mrembo, mhisani mwema na mwenye muawana ila moyo wake ulikuwa umeelekea kusikoeleweka. Nilifikiri na kufikiria.

“Kwani uliwajuza wazazi kuwa tunakuja kuishi nawe pamoja?” nilizidi kumuuliza.

“Yalikuwa meno ya ngiri!” alilonga.

“Wasingejua!” nilidakia.

“Si lazima wajue? Tuliwaaga tukiwa nawe,” aliniambia.

“Basi kuishi pamoja mke na mume si kuwa wameoana,” nilimfahamisha.

“Naam, ni hivyo!” alikiri.

“Kuna wengine huchukuliwa kuwa vimada tu!” nilikuli.

“Acha masuala ya vimada. Wengine waweza kuwa hawajaoana, lakini huenda wakawa na mipango, au sivyo?” Mfanisi alinena.

“Naam, mipango huwa!” nilimjibu.

“Umelijibu swali langu na kuondoa utata moyoni mwangu. Naomba mipango iwe Mfanisi!” Alinieleza kwa mazingatio na utundu wa macho.

“Mipango huwa, lakini hutegemea na wahusika wanaopanga. Hue....”

“Mimi ni mhusika wa kwanza. Naomba uniunge kwa damu yako na moyo wako!” alinikatiza.

“Yategemea!” nililonga.

“Nini?” aliniuliza tena.

"Huenda mmoja akahusika na mwingine asihusike. Huwa ni vyema wanaopanga kuhusika wote!" nilitoa kauli.

"Basi u tayari kuniunga mkono kwa ghera?" alisisitiza Salama kwa swali.

"Kwa yapi tena!" nilishangaa.

"Tunayoyazungumzia ni yapi?" alidakia.

"Huenda tunazunguka hatuzungumzi binti!" Nilinena.

"Nimekuarifu kila kitu. Nakuhitaji uwe mume wangu!" Salama alibwabwaja.

"Siko tayari kwa ndoa sasa," nilinena kwa mazingatio.

"Basi sawa. Nitavumilia! Lakini kwa sasa huondoki!" alinifahamisha.

Ujira wangu sikuutumia wote. Nilitumia akisami ndogo huku kichele nikiweka kama akiba yangu ya kunifaa siku za mvua. Salama alijishughulisha katika kila shughuli pale nyumbani huku akiniambia kuwa hakuhitaji nijishughulishe katika kutafuta matakwa ya pale nyumbani. Sikuwa na jingine ila kusalimu amri.

Mwaka huo ndio mwaka ambao serikali yetu ilitaka kuibadilisha katiba ya nchi yetu. Katiba kielelezo ilitayarishwa na kusambaziwa kila mwananchi. Naamini kuwa ilikuwa vile ili kila mwananchi awe na ufahamu kwa lolote ambalo angepigia kura. Ajabu ni kuwa wengine hawakuweza kuisoma ile katiba kielelezo kabla ya kuipigia kura. Walifuata maoni ya wadau wao na makabila yao. Naam, si wazazi wao si makabila yao.

Yawezekana mtu achaguliwe kitu asichokihitaji? Hata kama ni mshikadau au mzazi? Haiwezekani kufuata maovu yake kwa kuwa mdau au mzazi! Mtu husoma au kusikia kwa masikio yake kisha akatoa maoni yake binafsi. Japo awe mkembe, huwa na uamuzi wa moyo wake. Akidinda jambo fulani huwa amedinda! Akikubali jambo fulani huwa amekubali!

Wananchi wengi walibwabwaja. Wengi walipayuka bila haya wala soni kuwa walipigia kura ndizi kwa kuwa ulikuwa mkungu wenye ndizi pamoja. Ulidumisha umoja na utamu wake ulikuwa bora zaidi. Sikuelewa jinsi mkungu ulivyohusiana na katiba ya nchi.

Wengine walikubali kuwa walipigia kura chungwa kwa kuwa machungwa yalikuwa yenye madini mwilini. Sikuelewa namna madini yalivyohusiana na katiba ya nchi. Nilifahamu kuwa hao ndio ambao hawakuwa wameisoma katiba kielelezo. Wangalikuwa wameisoma wangaliwajuza watu ya muhimu yaliyokuwamo au maovu yaliyokuwamo. Sababu za kuikubali au kuikataa! Wengi hawakuwa na sababu ya ama kukataa ama kukubali.

Niliwafananisha na wanasiasa waliokuwa wakihamahama kama nzige katika vyama tofauti tofauti kwa madai kuwa vilikuwa vibaya au vikipoteza umaarufu. Hawakujua kuwa wao ndio waliokuwa na uvundo kama mayai yaliyoviza yakaoza na kuozeana. Kawaida chama huwa ni mtajo mithili ya jina la mtu. Hapana siku chama kikawa kiovu kama kuna wadau wema. Hapana siku chama kikawa chema endapo kuna wadau waovu. Kama mja ni uvundo atabaki na uvundo wake hata ahamie kwingine! Hata apuliziwe uturi.

Niliendelea kuifanya kazi kwa bidii huku nikiishi na Salama jijini. Tulienda mandari kulikotupendeza sisi. Suala la Salama kuwa mke wangu likawa limeota mizizi na kunawiri kweli kweli. Kila mmoja jijini alifahamu kuwa nilikuwa mumewe Salama. Walifahamu vile wakifikiri kuwa ndivyo kumbe sivyo!

Siku moja baada ya kwenda mandari, tulipata kioja kimetendeka kwa jirani yetu. Ilikuwa saa moja jioni ambapo tulisikia unyende. Tulikimbia kwenda kushuhudia kilichokuwa kikiendelea. Tulipofika pale tulimaka. Jirani alikuwa amesafirishwa ahera pasi nauli wala matwana. Alikuwa ameuawa kinyama. Sime ilikuwa imempita kwenye shingo. Madai yalikuwa, majambazi wawili walikuwa wamemvamia wakiwa na matakwa ya kumwibia hela zake. Walitaka ama haki yao ama haki yake. Walimwibia kila kitu!

Nilijiuliza mengi kuhusu kisa hicho kilichodhihirisha ukosefu wa usalama uliokuwa umekithiri kote jijini. Ujambazi si unyama? Kwa nini kumtoa mtu uhai kwa sababu ya ngwenje tu? Anapomwibia na kumtoa mja anayemwibia uhai kwa dhana kuwa ni chumo basi kesho atachuma wapi? Ataiba wapi? Kama wizi ndio chumo, mbona achume aushi ya adinasi pia? Kwa nini mauaji? Anachokifanya leo ndicho kitakachomvika kesho! Alichokifanya majuzi ndicho kilichomvika juzi! Akiwa mwema atalipwa mema! Akiwa mhisani atalipwa hisani! Akiwa muuaji, atalipwa mauaji! Hayo ndiyo maisha ya waja!

Usiku huo, Salama alinizungusha sana! Alihofu kulala peke yake. Tulikesha tukizungumza maana hakuna jinsi ningelala naye kwenye kitanda kimoja jinsi alivyodai. Kwa sudi, sisi sote tulikuwa katika likizo. Hivyo keshoye hatukwenda kazini. Tulitulia nyumbani.

Baada ya likizo, tulirudi kazini. Tuliendelea kuichapa kazi kwa jino na ukucha. Naikumbuka siku ile ambapo tulikuwa tukifanya na Salama kwenye sehemu moja hotelini. Kijana mmoja wa kiume alikuja pale hotelini. Alikuwa mfupi na mnene kiasi. Alikuwa mwenye kithembe alipozungumza.

"*Waiter nipe thpecial!*" alikuli.

Nilikimbia nikamhudumia. Japo sikuelewa sana alichosema ila kwa kukisiakisia tu! Sikuwa nimekaa na waja kama hao ili kuwaelewa katika mazungumzo yao. Niliporejea nilikokuwa aliniita tena.

"We *boy* kuja hapa!" alifoka.

"Naja bingwa," nilimwarifu huku nikikimbia hadi alikokuwa.

"*Thow me* mtu anaitwa Mfanithi!" alitoa sauti yake.

"Mfanisi! Mfanisi! Mfanisi yupi?" Salama aliuliza.

"Anafanya *job* hapa!" alinena.

Nilimwita Salama kisha nikamweleza azungumuze naye. Nilijua kuwa huenda ningejipalia makaa. Nilitulia.

"Unahitaji Mfanisi yupi?" Salama alimuuliza.

"Huyu hajakuambia hiyo *story*?" Alimuuliza Salama huku akiniashiria kwa kinywa.

"Bado," alinena Salama.

"Basi nataka Mfanithi anayefanya hapa kathi," alisititiza.

"Hayupo, ameondoka! Lakini atarudi leo hii!" Salama alikuli huku akitabasamu na kuniangalia.

Niliwatazama! Nikawatazama! Nilikuwa na roho mkononi. Tumbo lilikuwa limejaa maji. Nilimtazama yule mteja nikampenda. Nilikichukia kile kiswakinge alichokitumia. Sikukipenda hata kichele!

"*Waiter !*" Aliniita yule bwana mdogo.

"Naam bwana wangu," niliitika.

"Naam! Eh! Hata nyinyi na Kiswahili yenu! Eti mimi bwana yako? Enhe! Si utampatia barua hii. Acha huyu *dame*!" Alisema huku akinipa bahasha.

"Sawa bingwa," nilimwarifu.

"Haya! Mpe hiyo *letter!*" alisititiza.

"Bila shaka atapata!" niliungama.

Nilimhurumia kwa kuathirika na lugha ya msimbo. Niliomba ile lugha ididimie isije ikaathiri Kiswahili. Nilimtofautisha na kule kwingine nilikokuwa ambako aliniuliza nimpe stakabadhi kuthibitisha kuwa mimi ndiye Mfanisi. Waja hutofautiana!

Alipoondoka, nilichopoa ile bahasha nikaiangalia tena kwa utuvu. Salama alinitumbulia macho huku akicheka. Sikuisoma wakati huo. Niliiweka mfukoni. Nikaona ni heri isubiri muda sadifu.

Baada ya shughuli za siku ile, tulikuwa wachovu mno. Sikupata hata muda wa kuisoma ile barua tena. Sikukumbuka hata kuwa nilikuwa na barua. Uchovu huwa chanzo cha usahaufu maishani!

Siku ya kufuata, ilikuwa siku yangu ya kupumzika. Salama alikuwa kwenye zamu. Aliondoka alfajiri kabla ya jogoo wa kwanza kuwika. Naam, jogoo wa kwanza japo sikuwahi kusikia mwiko wa jogoo yeyote pale jijini. Huenda hatukuwa na majogoo jijini kama jinsi wasemavyo kwamba jogoo wa mashambani hawiki mjini! Sikujishughulisha!

Nilibaki kiamboni peke yangu. Nilizifanya sambasamba za mchana kisha nikaenda kitandani kupumzika. Kumbukizi za Sambaza zilianza kufurika akilini mwangu.

"Unajua bwana mimi nina ndege wengi sana. Nimeanza kuhofu juu yao. Unajua tena kuna majimoto bwana. Enhe! Majimoto! Sisimizi! Koyokoyo. Hivi majuzi rafiki wa karibu na wa ndege wangu wa kwanza aliaga dunia. Sababu ni koyokoyo! Eeeh! Koyokoyo! Nywele zangu zimeanza kunyonyoka! Sijui Banati mke wangu atanifikiria nini? Lakini sifi peke yangu. Majimoto! Majimoto. Moto unawaka tu!" Sauti ya Sambaza ilinichakura akilini.

Nilipozinduka nilishangaa mno. Kumbukizi hizo zilikuwa zimenishtua. Niliwaonea huruma waliokuwa na hulka kama za Sambaza. Mchezea tope humrukia, nalo likimrukia, humchafua.

Niliinuka kitandani. Nilichukua ile barua na kuanza kuisoma;

Kwa mpenzi wangu,

Hujambo? Natumahi u hali njema. Mimi hapa sina hali! Hali yangu imenyong'onyea mno.

Madhumuni ya kukuandikia muhibu ni kukuuliza maswali kadhaa. Kwanza kabisa ni kwa nini ulitoroka? Je, kuna uwezekano kuwa sijui namna ya kukupenda? Kama sijui basi kwa nini nisiende chuoni kusomea ilimuradi nikupende? Ni chuo gani hufunzwa mapenzi hasa? Nakuhitaji muhibu!Nakuhitaji mwendani!

Uko tayari niitwe mkeo? U tayari niwe mama wa watoto wako? Tafadhali nijulishe mpenzi, maana ningali nasubiri uamuzi wako.

Tunapanga na Makusudi pamoja na mkewe tuje tutembee pamoja na kuzungumza nawe. Makusudi na mkewe walijiunga na chuo anuwai kuendeleza masomo yao. Makusudi anasomea uhandisi naye mkewe anasomea usonzi. Nami nilijiunga na ndaki ya Tumaini kusomea Teknolojia na Mawasiliano.

Nitashukuru sana nikipata mrejesho wako.

Wako mpendwa,
Pendo Kolea.

Hii barua ilinishangaza na kunifurahisha sana. Nilinyamaza kama kondoo na kumshukuru Rabana kwa wao kuendeleza masomo yao. Waima kobe akiinama anatunga sheria.

Kwa hayo yote ambayo Pendo alizungumza kuhusu mapenzi katika waraka wake, sikuwa tayari kuyatenda na huenda nisingeyatenda. Niliyapuuza na kujikalia kitako pasi kujifikirisha kwa namna yoyote ile.

Sikuwa nimemtoroka wala kumkimbia yeye. Nilikuwa nimekuja kutafuta kazi na hatimaye azimio kuu kumtafuta babangu Emmanuel Mchumo. Tena, haikuwa halali kwangu kuishi na Makusudi na Sudi. Kilichonichochea zaidi ni ukosefu wa ufanisi wa kupata kazi nyingine pale Nakuru. Naye Salama alikuwa tayari kunikirimia na hata kunitafutia kazi Mombasa. Ni yakini kwamba nilikuwa nimeipata licha ya kutaabika na kuingia katika chumba chenyewe cha chauchau.

Kilichokuwa dhahiri kwangu ni kwamba, hakuna namna ambavyo ningaliweza kumpaka Pendo mafuta kwa mgongo wa chupa kuwa ningalimwoa. Hiyo ingekuwa kazi ya kuosha hinziri na kumpaka mafuta. Nilikuwa nimeweka mkataba wa maisha moyoni mwangu kumtafuta babangu. Mambo mengine yalijitenga nami. Hayakuwa katika mawazo wala upeo wa matumaini yangu. Nisingeugeuka mtazamo wangu na mustakabali wangu wa maisha!

Mpango wao wa kuja Mombasa uliniatua moyo. Nilifahamu kuwa, huo wote ulikuwa mpango wa Makusudi; alikuwa yeye na mkewe Sudi.

Walimchochea Pendo kunipenda daima. Bahati mbaya nilikuwa jangwa lisiloota chemichemi ya mapenzi asilan. Mwenye bahati habahatishi!

Japo nilikuwa nimemdokezea Pendo juu ya azimio na moyo wangu hasa aliposoma shairi tukiwa kwa Makusudi, hakukata tamaa! Alikariri kuolewa nami hata kama angalikuwa katika aila ya mitara. Binafsi, sikuwa tayari wala mpaka sasa sijawahi kuwa tayari kuoa. Je, suala la zaidi ya mke mmoja lingechipukia wapi? Aila ya mitara ni masumbuko maishani. Niliona kuwa kuoa mke wa pili huwa kunadunisha hadhi ya mtu badala ya kumpandisha. Anamwoa mke ambaye huenda si kufu yake kimawazo na kihisia. Japo kimaumbile wake ni sawa! Anaukaribisha ugomvi baina ya waja unaoweza kusababisha utemaji wa maisha yao.

Niliwahongera Makusudi na Sudi kurudi shuleni ili kuzamia masomo na elimu yao zaidi. Nilifahamu kuwa huenda maisha yakawa magumu kwa muda watakaokuwa chuoni ila baada ya hapo wangeibuka na dhahabu. Walisema eti elimu ni ufunguo wa maisha nayo dhahabu hupatikana katika kilindi cha dunia!

Kuna haja gani kusababisha ugomvi baina ya insi? Mke ni mke awe mweupe kama mchina au mweusi kama kaniki; awe mrefu kama mlingoti ama mfupi kama kama mkia wa mbuzi. Kwani kuoa mke mweusi kuna shida gani aushini? Weupe huchuchuka haraka! Nao warefu hupinda kama pinde kisha wakazeeka haraka na hata kukonga na kukongeana kama mikongojo. Hapana mja asiye na dosari. Mola ndiye mkamilifu hasa!

Baada ya kuyachanganua na kuyapambanua mambo yale, niliamua kumtungia Pendo shairi kupitia kwa Makusudi na Sudi. Lilisema hivi;

Enyi wangu wahisani, mliko kule Nakuru,
Nawapa yalo moyoni, kupitia tunzi huru,
Soma yano gazetini, muone ninashukuru,
Siseme mewapuuza, niliko huku Mombasa!

Hilari mkeo Sudi, Pendo mumujuze haya,
Mwambieni makusudi, na mtoe yenu haya,
Mfanisi kwa midadi, subira huwa hidaya,
Penzi lake mtimani, halikui likaota!

Nilikiri kudhibiti, mapendo yangu daima,
Waaminifu katiti, sikosekane heshima,
Mtimani kibuhuti, sinacho ninao wema,
Pendo huota lenyewe, kinamasi kikiwapo!

Naomba nitamatishe, Pendo tafuta mwingine,
Wasia huu upishe, pasi kutia jingine,
Ajapo mtu mpishe, siache aende kwingine,
Si mmoja wa mahaba, walo wengi duniani!

Baada ya kulitunga lile shairi, niliazimia kwenda kulichapisha kwenye ukurasa wa mashairi katika gazeti la Taifa Leo. Nilikuwa na hakika kama mauti kuwa wangeupata ujumbe huo. Kwani, walikuwa wapenzi na wahusudu wa kusoma magazeti hasa hasa gazeti la Taifa Leo namna nilivyowashajiisha.

Machweo yale Salama alikuja nyumbani akiwa amechoka sana. Niliomba nimsaidie kazi za nyumba lakini akadinda. Alipika mwenyewe. Alinidokezea kuwa siku ya kufuata tungeenda kumtembelea mbuya wake. Mosi nilidinda, lakini nikakubali hatimaye baada ya kushawishiwa kwa muda.

Siku hiyo aliandaa staftahi mapema. Tulisebeha. Tulienda hamamuni kwa zamu kukoga. Hatimaye, tuliondoka. Tulitembea hatua kwa hatua huku tukipiga soga. Punde si punde tuliwasili tulikokuwa tukienda. Tulikaribishwa kwa heshima, taadhima na intidhamu kuu. Tulikaa na kufurahi pamoja.

"Huyu mumeo aitwaje?" Aliuliza yule banati baada ya muda mrefu wa chilumbo na Salama.

"Si vyema kumzungumzia mtu akiwapo. Mwenyewe ajitambulishe!" Salama alisema.

"Basi waitwa nani?" aliniuliza yule banati.

"Mosi, umekosea!" nilimwarifu.

"Wapi?" aliniuliza.

"Mbona kusema 'huyu mumeo'?" nilidakia.

"Wewe si mumewe Salama?" aliuliza.

"Mwache huyo! Yeye ni mbishi. Apenda ubishi mwingi tu!" Salama alichachawiza.

"Salama! Nieleze ukweli!" alisaili huku akimtazama Salama.

"Huenda ukawa ukweli! Huenda ukawa uongo! Inategemea na imani ya mtu. Lakini Muumba akijalia ni hivyo," alisema Salama.

"Basi turudi tulikokuwa! Ni vigumu mtu kuishi na mwingine hususan wa jinsia tofauti pasi uhusiano wowote. Una....!"

"Yategemea! Mwaweza kuishi pamoja kidugu! Mwaweza kuishi pamoja kirafiki! Mwaweza kuishi pamoja kiuchumba au mke na mume yaani kindoa!" nilimchachawiza.

"Sasa mwaishi kiuuu....! Tuyaache hayo; nijibu swali langu basi!" Yule banati alisisitiza.

"Lipi tena?" nilimuuliza.

"Waitwa nani?" alimaka.

"Naitwa Mfanisi Jungu!" nilidakia.

"Loh! Majina kweli! Majina ndani ya majina! Nami naitwa Fanisi Teri," alinifahamisha.

"Majina yaoana! Mfanisi na Fanisi au sivyo?" alinena Salama.

"Yaonekana kuna makubwa nyuma yake!" nililonga nikitabasamu.

"Tunaweza kuishi pamoja siku moja, au vipi Mfanisi?" Fanisi aliniuliza.

"Sijui kwa njia gani!" nilikaulisha.

"Ki...!"

"We! Usijibu!" Salama alimkata kalima.

"Kibinadamu!" niliendeleza chilumbo.

"Naam, huenda vile!" Fanisi alijibu.

"Ahaa! Msinivunje mbavu," Salama alilonga.

Wakati huo wote, tulikuwa tukiburudika kwa vinywaji si sharubati ya karakara si sharubati ya mazabibu si juisi si…! Almuradi tulijiburudisha.

Fanisi alikuwa binti mzuri. Hakuwa ameolewa. Umri wake ulikuwa ungali mbichi. Huenda tulikuwa marika huenda hatukuwa marika. Nilikisia tu! Ngozi na viungo vingine viliungana katika umri mmoja. Nikaona namna ambavyo ilisadifu sisi kuwa kama mapacha. Nilishangaa ni vipi mabanati wazuri na wema kama hao dunia ilikuwa imewapa mgongo. Hawakuwa na nyumba zao. Je, Wanaume walikuwa wamepofuka au vipi?

Katika maisha, watu huzaliwa hasa wasichana. Hulishwa na kua kisha wakapevuka. Hufikia kiwango ambacho kileleta cha urembo wao huonekana. Hapo ndipo wavulana wengi huwafuata mabinti hao kama fisi wafuatavyo mizoga. Sababu huwa ni uwaridi wao. Huo huwa ndio wakati wa mabinti wengi kuolewa! Wanapolimatia huwa wanakaribisha uchuchufu unaowaumbua na kuwapiga wanaume na upofu. Uwaridi hupukuchuka na kisha uzuri ukatoweka.

"Wamjua Malenga Manu?" Fanisi alimsaili Salama.

Nilishtuka. Nilitega sikio ndi ili kuyasikiliza kwa makini. Yalikuwa maneno yaliyonigusa na kunisisimua hisia. Nilihitaji kujua zaidi.

"La, simjui!" Salama alijibu.

"Yule bwana ambaye jina lake ni Emmanuel Mchumo! Anaishi papa hapa jijini!" alieleza Fanisi.

"La, siwezi kumjua!" Salama alidinda.

"Hujui babangu?" alisema Fanisi.

"Hujawahi nionesha!" Salama aliungama.

"Acha nitakupeleka huko. Mama yake ambaye ni bibi yangu amekata roho!" Fanisi alikuli kwa mazingatio.

"Eti nini?" Nilishtuka kwa kuuliza.

"Mbona unashtuka?" Fanisi aliniuliza.

"Si neno! Mauti hutisha na kushtua!" nilimjibu kwa huzuni.

Nilianza kuwaza na kuwazua. Baba ambaye nilikuwa nikimtafuta eti; Emmanuel Mchumo! Malenga Manu! Sikuamini! Teri Fanisi naye ilisemekana ni dadangu! Yani uzao mmoja kutoka kwa baba mmoja. Ilikuwa hadi niende nihakikishe na kuthibitisha.

"Twende kesho!" niliwafahamisha.

"Hapana! Kesho hakutakuwa mazishi. Mazishi ni kesho kutwa!" Alinena Fanisi.

"Unajua kuomboleza tena katika maziko eti! Naomba twende kesho!" Nilisisitiza.

"Kwa nini kusisitiza? Kwani mna ukoo au vipi?" Afadhali Fanisi asisitize. Wewe umeyasikia sasa hivi tu!" Salama alikuli.

"La! Ni uchungu wa kufiwa Salama! Naomba twende kesho," niliradidi.

"Kwani umefiwa?" Salama aliuliza.

"Yanayomwathiri rafiki huwa moyoni pia!" nilimjibu.

Mpaka sasa hawakujua kwa nini nilikuwa nasisitiza kwenda kwenye maziko yale. Walikubali mwito wangu. Nikafarijika.

Siku yenyewe tulijihimu mapema. Nilikuwa na haja sana kumwona Emmanuel Mchumo aliyesemekana kuwa baba yangu. Baada ya shughuli zote za kuvipanga vitu pale nyumbani kwa Salama, tuliondoka. Tulienda tukamchukua Fanisi alikokuwa akiishi. Tuliambua nyayo zetu kenyekenye hadi kwao nyumbani.

Tulipofika, watu walikuwa wamejaa sisisi. Niliwaomba wahisani wangu kama jinsi ilivyotujuzu tusubiri kuliwaza Fanisi hadi keshoye baada ya shughuli za maziko ambazo zingehitimikia kwa mazishi. Ilikuwa dhahiri kuwa Fanisi angesubiri na hivyo Salama na mimi pia. Tulikaa na kukesha kule!

Baada ya mazishi watu walipungua. Ilitulazimu tukae pale katika matanga ya bibi yetu. Fanisi alishughulika na kuwajibika kwa shughuli za hapo kiamboni kwa kuwa alifahamika kuwa ndiye mwanawe bwana Mchumo. Mimi na Salama tulitulia tu huku nikiwaza na kuwazua namna ambavyo tungechukuliwa na Emmanuel Mchumo hasa mimi niliyedaiwa na Bi. Mausia kuwa mwanawe. Tulikaa katika kikao cha matanga ya bibi yangu; siku tatu baada ya maziko.

Siku yenyewe baada ya hafla ya matanga, Fanisi aliondoka kwa taadhima na heshima kumwita babaye Emmanuel Mchumo. Aliporudi alikuwa na bwana mmoja mfupi na mnene kiasi. Alijitokeza eti kuwasalimu wageni wa bintiye Fanisi. Ndiye aliyekuwa msimamizi wa kikao cha awali. Aliponiona alishtuka. Aliniita mahali alipokuwa. Alinishika akanikumbatia huku akinipiga pambaja kama afkani. Alinichukua hadi chumbani huenda kwenda kunijuvya chumba. Salama na Fanisi walishangaa.

Baada ya kujuana, sikuwa na jingine. Nilisalimu amri! Salama alishangaa kuona kuwa Fanisi alikuwa ni dadangu. Fanisi alistaajabu kuwa alikuwa dadangu. Naam, dada wa damu na usuli mmoja. Mimi nilishangaa kuwa kakaye Fanisi. Fanisi dadangu! Nilimaka! Wakamaka. Sisi sote tulistaajabu! Vinywa vilibaki wazi karibu nzi wafanye makazi ndani mwa vinywa hivyo! Tulimaliza siku, sote tukiwa na furaha ya kuweza kupasua vidari vyetu. Kila mmoja alikuwa na matumaini ya ushindi maishani mwake. Huenda Salama aliona kuwa uhusiano wetu ungekuzwa zaidi akiwapo pamoja na Fanisi kwa mtajo wa wifi wa kupanga. Huenda Fanisi aliona kuwa ndoto yake imejibiwa japo kwa mkondo mwingine.

Nilienda kuvifunga na kuvikusanya vitu vyangu kutoka kwa Salama. Nilikuwa nimethibitisha kuwa nina baba! Baba! Baba! Emmanuel Mchumo, babangu! Tena Malenga Manu! Aliyesababisha kuwako kwangu akawa amepatikana. Nilifurahi upeo wa kufurahi.

Niliishi na babangu katika makazi aliyokuwa ameachiwa na hayati bibi yangu. Alikuwa mziwanda katika aila ya mama mmoja na wana wapatao kumi na wawili. Kwa bahati mbaya, sikufanikiwa kumwona bibi yangu ana kwa ana akiwa hai. Lakini niliwaona ndugu wa baba; mbiomba zangu na ami zangu.

Sikurudi kuifanya kazi tena katika *Coast Tourist Hotel.* Niliridhika kukaa na baba yangu. Nikaridhika moyoni na kufurahi. Moyo wangu ulitulia na kuridhika. Sikuwa na haja tena ya kutembea ila kushinda tu nyumbani. Nitembee nitafute nini?

Mawazo na akili zangu vilitulia kwa muda. Nikawa nimerejea katika ubinadamu. Moyo wangu uliota chemichemi za mapenzi. Nikaamini kuwa ipo siku ningempata mke wa ndoa hasa! Nilimshawishi babangu kuhusu ndoa na kuendeleza elimu yangu. Haya ndiyo masuala ambayo yalikuwa yamenisibu na kunisonga. Aliniomba niendeleze elimu yangu chuoni kisha anioze mke ambaye moyo wangu ulikuwa radhi kumpata. Nikayaona matumaini yangu yakiangaza katika nuru angavu! Niliamini kauli ya Bi. Mausia kwamba lazima kuwe na waja wawili tena wa jinsia tofauti ndiposa mwana apatikane. Nilishukuru Manani kwamba mbali na kutanga kote kutafuta babangu nilikuwa nimefanikiwa kwa kiwango fulani. Naam, kiwango fulani hata kama hakikuwa namna inavyoridhisha kwa mtazamo wa kibinadamu. Ulikuwa mwanzo wa matumaini yangu.

Sura ya 11

Kifo cha bibi yangu kilikuwa ama kifo kitamu au kifo kichungu. Huenda naweza nikaainisha na kuyakinisha yote kuwa sahihi. Kilichukua sifa zote namna ambavyo nilikisawiri mimi binafsi. Huenda kilikuwa kifo kichungu kwa babangu Emmanuel Mchumo. Naam, mamaye mzazi hasa! Mama wa babangu. Kuondokewa na mama mzazi haikuwa raha yoyote bali karaha tu. Mzazi wa pekee hasa. Ulikuwa uchungu mchungu wenye uchungu unaochoma moyo kama mikuki themanini kwenye maini ya binadamu aliye hai. Wazia namna mja anapofiwa na mzazi wake! Wazia mwanamkiwa yeyote aliye na penzi la dhati kwa wale waliomwondokea! Mja anapofiwa na mamaye hasa akiwa mzazi wa pekee huwa ni pengo kuu lisilozibika. Emmanuel Mchumo alikuwa amesalia kuwa kiokote. Mkiwa katika ukiwa wenyewe hasa!

Huenda kilikuwa kifo kichungu kwa Fanisi. Naam, kwa Fanisi kwa kufiwa na bibiye. Mama yake baba mzazi Emmanuel Mchumo haswa! Bibi aliyemlea badala ya mama yake mzazi. Baba mzazi na mlezi hasa! Akasoma akitoka nyumbani kwa bibi yake kila kukicha na kurejea kila kukichwa. Akatia bidii na kuhitimu shule ya msingi kisha akajiunga na shule ya sekondari. Akatia bidii kwa kuchochewa na bibiye na babaye. Akafaulu na kuhitimu chuoni. Akasomeshwa na kuhitimu chuoni na sasa anasubiri kuajiriwa. Mnuna wangu anayesubiri kuajiriwa huku nikisubiri kuyaendeleza masomo yangu. Subira ambazo sijui kichwa chake wala miguu yake. Sijui endapo zitavuta heri. Sijui endapo zitavuta shari. Afadhali heri kuliko shari. Duniani mambo kichwa chini miguu juu! Katika subira za kuajiriwa kwake Fanisi mauti yakajialika kwao na kuuiba uhai wa bibiye.

Ni kimako na mshangao mkuu. Ulikuwa uchungu dhahiri na wazi moyoni mwake. Sikujua endapo alikuwa dadangu kindakindaki. Dadangu kutoka katika mji mmoja wa tumbo la mamangu Bi. Faida. Sijui hata! Sijui hata chembe. Sijui hata. Endapo ni mwanawe babangu basi ni dadangu kindakindaki. Mji wetu mmoja! Usuli wetu mmoja! Majina yetu mamoja. Endapo tulitoka kwa mama mmoja basi ungalikuwa muujiza mwingine. Muujiza wa bikira kujifungua hasa kama jinsi Mariamu mamaye Yesu alivyojifungua kwa muujiza wa Roho Mtakatifu kulingana na msahafu wa dini ya Kikristo. Mawazoni nilifahamu kuwa nilikuwa mwana wa pekee wa mamangu hayati Bi. Faida. Baba ndiye aliyekuwa tatizo langu kubwa maishani ila sasa nilikuwa na harufu yake puani. Harufu nzuri hasa! Harufu iliyonukia kuwa babangu yupo. Sasa nilikuwa na matumaini makubwa mno! Usuli wa mama hautambuliwi Kiafrika. Kitovu cha baba ndicho yakini na kubalifu. Hiyo ni falsafa ya Waafrika. Wana wa Afrika hasa! Ndiposa huenda mitara yaruhusiwa kwa wanaume pekee. Naam, aila za mitara! Si kwetu yaruhusiwa kuoa wake hata wanne? Si hata serikali iliacha nafasi tano za mume kuwa na wake katika sajili ya huduma *number*? Sijaona nafasi ya mke kuwa na waume kadhaa! Ni kinyume na jamii wake kujishengesha katika jicho la nje hasa wanapoolewa. Kwangu niliona kuwa ni kaida nzuri endapo ingefanya kazi kote kote, wawe wameolewa ama hawajaolewa. Almuradi pawepo na usawazishaji wa kadhia! Pia niliona kuwa ingekuwa bora zaidi endapo ingewajumuisha jinsia zote; za kike na kiume. Ingekuwa sheria ya msumeno ukatao mbele na nyuma bila kusahau pande zote! Japo haikuwa hali ya kumpendeza Rabana!

Huenda kilikuwa kifo kichungu kwangu kwa kuwa sikuwa nimewahi kumwona bibi yangu. Alikuwa angali tu msamiati katika maisha yangu. Bibi na babu yalikuwa ni mamoja kwangu. Sikuwahi kumwona yeyote kati yao. Macho yangu yalikuwa makavu! Yalikuwa maneno yaliyotiwa kamusini kimakosa hasa! Ama endapo si kimakosa basi wanaleksikografia walikosea katika kuainisha maana yayo. Ilikuwa kama nadharia ya salua ambayo sikuwa nimeithibitisha na hakuna namna ambavyo ningeithibitisha. Ilikuwa salua ambayo sikuielewa kichwa wala miguu yake. Ilikuwa historia katika uhalisia wa historia yenyewe. Yalikuwa masimulizi tu!

Huenda kilikuwa kifo kichungu kwa Salama kwa kuwa hakikumfanikishia kumwona bibiye Mfanisi. Hakufanikiwa kumwona nyanyaye Fanisi. Fanisi rafikiye wa kula kusaziana. Mfanisi na Fanisi marafiki wake wa dhati. Marafiki wa kufa kuzikana hasa. Ilikuwa ni kama hadithi za paukwa pakawa kwake. Hakuwa na wa kufananisha nasi endapo tulifanana na bibi yetu. Hakuwa na wa kufananisha naye endapo tulifanana kama kurwa na doto. Huenda tulifanana na baba yetu Emmanuel Mchumo. Sikujishughulisha kujua; maana sikujua kufananisha watu hata kidogo!

Huenda kilikuwa kifo kitamu namna ambavyo kingefasiriwa na wengi. Kilikuwa kifo kilichotukutanisha tukiwa aila ya bwana Mchumo. Tulifahamiana na kujuana kupitia kwenye mazishi, maziko na hatimaye matanga ya bibi yangu. Tukajenga mji mmoja! Tukajua kuwa tu wa damu moja.

Baada ya Fanisi kunihitaji kimapenzi, sasa ilikuwa dhahiri shahiri kuwa tulikuwa wa damu moja. Waja wa usuli mmoja hasa! Waama damu ni nzito kuliko maji. Huenda ndiyo iliyokuwa ikituvuta pamoja na kusawazisha unasibu uliokuwapo pasi na sisi wenyewe kutambua hata chembe kwamba tulikuwa wa ngeu moja! Damu ni damu si kitarasa! Aghalabu inapoingiana na nyingine basi huwa na kisababishi cha mwingiliano huo. Damu haiwi maji ya kufuata mkondo namna mja yeyote anavyoweza kuyaelekeza kokote almuradi mkondo wenyewe uwe wa bondeni!

Emmanuel Mchumo alikuwa na mseto wa furaha na huzuni. Huenda kwake kilikuwa kifo kitamu kwa kuwa kilimkusanyia aila yake pamoja. Wanawe kindakindaki wawili; mwana wa kike na wa kiume yaani Fanisi na Mfanisi. Fanisi na Mfanisi walikuwa hawafahamu kwa nje wala ndani kuwa walikuwa na usuli mmoja. Kifo cha bibi yao kikawafumbulia hilo fumbo lililokuwa limefumbwa fumbi fumbi na kugubigwa gubi gubi katika giza totoro la kaniki. Walianikwa juani wakajuana na kufahamiana!

Huenda kilikuwa kifo kitamu kwangu kwa kuwa sikumjua Emmanuel Mchumo wala Fanisi. Sikuwajua kwa lolote lile iwe nje ama ndani yao. Afadhali Fanisi nilimfahamu kisahibu tu namna ambavyo Salama alivyotuleta pamoja. Tukawa masahibu wa karibu kwa muda mfupi na uchache wa siku tulizokuwa nazo. Afadhali Fanisi alimtambua babaye kwa ndani na kwa nje. Mie sikuwa namwelewa hata kidogo! Kifo kilituunganisha tukawa pamoja. Naam, bwana Mchumo akamwona na kumfahamu mwanawe wa kiume ana kwa ana. Mwanawe akamwona na kusema naye. Naam, kifo kitamu eti! Liandikwalo ndilo liwalo.

Salama alibahatika kujua usuli wa mbasiye Fanisi. Alishangaa na kufurahi kufahamu namna ambavyo tulihusiana na Fanisi. Alishangilia na kuanza kutuchambua kwa namna ambavyo tulifanana. Hili huenda alilisoma baada ya kumaizi kuwa tulikuwa tukihusiana kwa damu. Alipambanua kwa namna ambavyo tulifanana na Emmanuel Mchumo. Hili huenda alilitambua baada ya kutanabahi kuwa bwana Mchumo alikuwa baba yetu mzazi. Alifarijika! Alifurahi! Akaafadhalisha kumwita rafikiye Fanisi kuwa wifi yake. Akamsihi Fanisi amwite vivyo hivyo! Waliitana kutulizana nyoyo. Huenda kila mmoja alikuwa na lake moyoni. Binafsi nilisoma fikira zao na kutambua mawazo ya kila mmoja. Salama alifurahi moyoni kuwa hakuwa na yeyote ambaye huenda angetishia uhusiano aliodhamiria kwangu. Awali, alikuwa amemwona Fanisi kuwa hatari kwa uhusiano huo. Lakini sasa aliyekuwa tishio lake sasa ni dada wa damu ambaye tusingehusiana kwa namna yoyote aliyoifikira awali. Walitiana moyo kuishi wakiitana vivyo hivyo huku nikiwasikitikia na kuwatakia kila la heri katika matumaini yao mema ila si mtazamo hasi.

Niliishi pamoja na babangu na dadangu katika makazi waliyokuwa wakiishi na hayati bibi yangu. Nilikuwa nimeacha kazi kule *Coast Tourist Hotel* nilikokuwa nikihudumu na Salama. Niliona kuwa ilifaa zaidi kuacha kazi hiyo ili niwasilishe ombi langu la kuyaendeleza masomo yangu kwa babangu bwana Mchumo. Niliona kuwa kazi ingenifanya nikose namna ya kumshawishi kwa kuwa huenda angesema kuwa ni kazini tayari. Niliwasilisha ombi langu nalo likakubaliwa! Nilishukuru na kujitia matumaini!

Nyumbani kwa bibi yangu kulikuwa na nyumba tatu. Nyumba moja ilikuwa ya bibi yangu mwenyewe. Nyumba ya malazi hasa! Ilikuwa imekonga mno. Nikakisia kuwa huenda pia alikuwa amekonga kabla ya mauko yake. Nyumba nyingine ilikuwa ya kupikia. Ilikuwa na majiko kadhaa ya kupikia haswa! Mahali ambako alijipikia mwenyewe. Moshi uliashiria yeyote punde alipoingia uani kuwa hapo ndipo palikuwa na injini ya kuchakachua chakula. Nyumba ya tatu ilikuwa ya babangu bwana Mchumo. Ilikuwa na upya upya vile. Aliishi humo pekee. Hakuwa na yeyote aliyeishi naye. Shughuli zake alizifanya pekee pasi usumbufu wa namna yoyote ile. Nyumba ya bibi na jiko zilikabiliana kama mafahali wa Ikolomani katika upande wa magharibi ya nchi ya Kenya waliotishia kukabana na kupigana kwenye mashindano ya *Bull Fighting!* Nyumba ya baba ilijitenga pembeni kama kisiwa na kukiri kuwa aliye kando haangukiwa na mti. Iliyatumbulia mafahali hao macho ikitaka kushangilia na kushabikia fahali aliyekuwa mkali na jasiri tayari kulishinda pigano husika.

Baba aliishi ukiwa kabla ya kifo cha bibi yangu. Naam, kabla ya kifo cha bibi yake Fanisi. Aliishi akiwa mwanamkiwa. Ujio wetu uliutimua ukiwa wake mbio na kumfanya mtu wa watu. Niliamini kuwa alifurahi na kufarijika mno!

Fanisi alianza kuishi chumbani mwa bibiye kama jinsi alivyoambiwa na babaye mzazi. Alikuwa amehitimisha masomo yake katika chuo kimoja cha Habari na Mawasiliano pale Pwani; Pwani *Mass Communication Institute*. Alikuwa amefuzu na kufaulu vizuri hivyo basi jukumu lililokuwapo ni kumtafutia kazi japo ajimudu kimaisha. Babangu bwana Mchumo alimhakikishia kutekeleza hilo pasipo wasiwasi wala kimuyemuye.

Ilisadifu kuwa mama mmoja wa umri wa makamo alisalia nasi pale nyumbani. Mwanzo alikuwa akiitwa Imani lakini baadaye alibadili jina mwenyewe na kujiita Inami. Inami lilikuwa fumbo lililojifumba katika imani yake na matumaini ya baadaye. Aliitwa Inami hadi masazo ya jina lake Imani yakawa hayapo tena. Yalipigwa deki na kunakshiwa yasionekane tena katika dunia na ulimwengu wa bwana Mchumo na aila yake. Imani ilisalia tu moyoni mwake.

Nilipotia na kutoa kuchunguza uyakinifu wa mambo niligundua kuwa alikuwa mamangu wa kambo. Naam, mama wa kambo hasa! Mamaye Fanisi. Fanisi dadangu mpendwa. Mama mzazi wa dadangu Fanisi Teri.

Niliambiwa kuwa baada ya babangu kumchumbia mamangu mzazi Bi. Faida, waliishi kwa pamoja kwa lengo la ndoa haswa baada ya kuhitimisha masomo yao. Hawakukaa muda mrefu wakajikuta katika mchezo wa watoto wa kuitana baba na mama. Hatimaye baba alijikuta amemringa mama; suala lililomtia hofu na wasiwasi maishani. Alishikwa akaadhibiwa katika ofisi ya chifu huku akilazimishwa kulipia gharama ya elimu yake. Naam, fidia hasa! Kwa sababu ya uchochole hakuweza kulipia chochote. Uwezo ulikuwa mbali naye kama ardhi na mbingu. Hali ilikuwa ngumu akawa kwamba atiwe mbaroni. Kifo cha babaye; alipouawa pale kitongojini *Excullan* kilimtia heri na kumwepushia kabisa balaa. Naam, ilikuwa heri japo hakuiepuka kwa asilimia mia fil mia. Kiliahirisha tu hadi hatimaye. Alishikwa baadaye na kupelekwa gerezani kwa miezi mitatu. Baada ya kifungo alirejea nyumbani. Hii ilitokana na namna alivyoshughulikiwa ili arejelee masomo yake. Mamangu Bi. Faida alikuwa katika siku zake za mwisho. Alikuwa karibu kujifungua. Aliporejea aliuma meno kusaidiana na mama kwa hali na mali. Alifanya vile hadi walipohamia kule jijini Mombasa. Umbali uliwatenga na kudidimiza msaada wa bwana Mchumo kwake Bi. Faida. Waliendelea kuishi japo kwa msaada kichele wa babangu Mchumo kwa hayati mamangu Bi. Faida pamoja na kikembe chake. Hatimaye, mama alitupa mkono!

Baada ya mauti ya mama, babangu Mchumo alimwoa Bi. Imani. Waliishi pamoja kwa mapenzi ya mke kwa mumewe na mume kwa mkewe kule Pwani visiwani kwa Wangozi. Baada ya mwaka mmoja Bi. Imani alijifungua mwana aliyempakaza jina Fanisi Teri. Bi. Imani hakumpa jina hilo ila baba mwenyewe kwa kusadikisha kuwa alikuwa na Mfanisi kama mwanawe wa kiume. Huenda aliamini kuwa ungekuwa ushuhuda siku moja. Huenda aliamini kuwa jina hilo lingekuwa kumbukumbu ya kumtafuta mwanawe Mfanisi alikokuwa.

Miaka miwili haikukamilika kabla ya ndoa kuingia dosari. Ibilisi wa talaka na utengano aliwatembelea na kuwakumbatia kwa mikono miwili huku akiimba nyimbo za kuwaliwaza waachane; kila mmoja katika kigezo cha akili na mawazo yake. Walikosana vibaya huku Imani akishika njia kuelekea kusikojulikana. Fununu zilisema kuwa alienda na kuajiriwa kule Taita ili ajikimu katika maisha yake. Alimwacha Fanisi na baba yake pamoja na bibiye. Fanisi alilelewa mikononi mwa bibi yake na babaye. Wana wawili wenye malezi kinyumenyume na usuli mmoja wakaja kukutana sasa wakiwa watu wazima. Fanisi mnuna wangu amehitimisha masomo ya chuoni nami ningali nawayawaya na elimu ya sekondari tu! Natapatapa na kujitanua na elimu ya upili isiyomfaa mtu chochote; si ukulima si uadhini. Dunia ina mambo na mambo yake!

Bi. Imani amerejea. Amebadili mtindo wake wa maisha na hata jina kuwa Inami kwa kuborehsa hali yake almuradi ajisahaulishe yote yaliyomkumba awali. Sasa yeye ni Bi. Inami; mkewe babangu Emmanuel Mchumo. Mama yake mzazi dadangu Fanisi. Mamangu wa kambo wasemavyo Waswahili. Endapo baba ametukubali katika hali iyo hiyo sisi ni akina nani tupinge jamani? Sasa niliishi na mwanamume niliyemwita baba. Naam, baba hasa!

Niliishi katika chumba kilichokuwa jikoni kwa bibi yetu. Huko ndiko nilikotafutia kitanda changu cha mwakisu nikakiweka. Fanisi aliishi pekee katika chumba cha hayati bibi yetu. Alikuwa amemshawishi Salama pasi mafanikio kuwa aje wakae pamoja. Huenda Salama hakupenda ama hakuona umuhimu wowote wa kuishi na Fanisi.

"Baba, natamani sana kuendelea na masomo yangu," nilimjuvya babangu siku moja tulipokuwa tumeketi pale chumbani pake baada ya kijio.

"Ni bora umewazia hilo kabla ya lile jingine. Sipendi kumsukuma mtu mzima katika maamuzi yoyote yale," alinieleza.

"Nipo tayari baba!" nilimhabarisha.

"Ungependa kusomea kozi gani?" aliniuliza mzee wangu.

"Teknolojia na Mawasiliano," niliamba.

"Shwari mwanangu. Kiswahili ni lugha yako hasa. Inamudu na kukidhi matakwa yako pasi na kigegezi!" baba alilonga.

"Haswa! Nakipenda kwa moyo wa dhati," nilidakiza.

"Wanikumbusha enzi zangu shuleni. Ijapo hatukuwa na hela za kutosha kutusukuma kutoka hatua moja hadi nyingine, tulijitahidi sana tukiwa aila. Tulisomasoma ndipo tukapata tuliyoyapata. Hayo tuliyoyapata hasa mimi baba yako ndiyo yaliyonisukuma hapa nilipo. Ni yayo hayo ndiyo yanayonisukuma kuwachumia ninayoyaweza ili kuboresha maisha yenu," baba alinieleza.

"Hivyo mwelekeo mwema ni upi baba?" niliuliza

"Bidii. Bidii humfaa mja na kumfikisha asikotarajia. Bidii inapoandamana na busara humpaisha adinasi katika upeo wa ufanisi," baba alininasihi.

"Ufanisi hutusawazisha katika viwango mbali mbali," nilidakia.

"Angalia chungu walivyo na wafanyavyo kazi zao," baba aliniambia kana kwamba alikuwa akinionyesha moja kwa moja kutoka alikokuwa. "Naam!" Nilikubali kuona huku nikitingiza kichwa changu.

"Huenda waja wakadhani kuwa ni viumbe dhaifu. Huenda adinasi wakadhani kuwa ni viumbe dhalili. Wao wana busara zaidi ya binadamu. Hufanya kazi kwa bidii na kuhifadhi chakula kwa wakati wa hari," baba alinisomesha.

"Natamani sana kufika ninakodhania. Natamani sana kuweka ndoto zangu katika uhalisia. Naomba unishike mkono baba!" Niliwasilisha ombi langu.

"Tafuta chuo mwanangu. Ukishapata tuma ombi la kujiunga nao katika kozi yako unayozungumzia. Kisha mengine yatajidhihirisha," baba alikuli.

"Vyema baba. Nashukuru kwa kukubali kwako," nilitoa kauli yangu.

"Karibu mwanangu. Fanisi nimemshughulikia. Nawe umeingia mkondoni mwanangu. Namtafutia dada yako kazi maadam ana ujuzi tayari ili ajimudu kimaisha," baba aliamba.

"Ni vyema baba. Naamini hatutayapunja matumaini yako kwetu," nilimweleza babangu kumtumainisha katika hazina yake kwetu.

Nilianza kutafuta chuo huku nikisaidiwa na Salama na dadangu Fanisi. Hatimaye, nilipata nafasi katika ndaki ya Umile. Umile *university college* iliyokuwa ikipaa kote katika maeneo ya Pwani na sehemu nyinginezo nchini. Huko ndiko nilikoasisi safari yangu ya elimu ya juu. Naam, elimu ya juu! Sijui kwa nini ikaitwa elimu ya juu! Huenda kwa sababu mja akihitimu huwa amepata harufu ya utu. Akawa mtu! Akaishi na watu! Akala na watu! Akatembea na watu! Naam, elimu ni utu. Huenda iliitwa elimu ya juu kwa kuwa unapohitimu unatembea angani angani kama mwewe na kipanga.

Nilisomea teknolojia. Nikatazamia kupikwa niive kama wasemavyo vijana wa kileo. Nilisomea mawasiliano. Nikatazamia kuwa bora na mufti katika mawasiliano. Nikatazamia kuwa aalimu wa mawasiliano hasa! Kumbe hata kuwasiliana waja wanafunzwa chuoni? Huenda hata chuo cha usuhuba kipo! Huenda hata chuo cha mapenzi kipo! Kuna vyuo anuwai duniani.

Nilijaribu kauli ya jiwe moja kuua ndege wengi. Nilipuuzilia mbali masuala ya wapanda farasi wawili waliopasuka misamba na njia mbili zilizowashinda fisi. Nilijua kuwa adinasi apatapo nafasi akakosa kutumia huja akauma chanda. Hivyo, sikutaka kuuma vyanda vyangu pasi na sababu yoyote. Sikutaka kulia kinywa juu! Nilijua kutumia fursa kwa namna ambavyo nilikuwa nimetaabika huku nikipiga milundi hapa na pale pasi mkondo maalum wa kuelekea. Nilifurahi na kufarijika moyoni huku nikifahamu kuwa ipo siku na yapo matumaini. Matumaini makuu hasa! Kila siku kulipokucha ndipo imani na matumaini ilijengeka zaidi.

Miaka minne nilisukuma chuoni. Nilitangamana na wasomi na wataalam mbali mbali na ainati. Waama chuma hunoa chuma. Walinipevusha na kunijaalia kuyaelewa mengi ambayo yalikuwa kiza maishani mwangu. Nilitembea kwingi vitabuni. Nikatangamana na mabingwa wengi vitabuni. Nikashirikiana na wengine ana kwa ana na wengi vitabuni. Nikayaona mengi vitabuni na machoni. Akili ikaoana na mengi niliyojifunza; kwani ulikuwa utafiti aali na bobevu mno. Kumbe kutembea kwingi vitabuni ni sawa na kutembea kwingi kihalisia maana huishia kuona mengi. Nilifurahi mno.

Wapo waliofuzu kihalali chuoni na wapo walionunua nafasi za kusoma. Walisema kuwa almuradi wafuzu kozi. Kufuzu gani ambako waja walilipia alama walizotuzwa? Kumbe si vyote ving'aavyo huwa dhahabu. Walioelekea mkondo huo walibadilika kuwa wataalam batili. Elimu huhitaji kuzamiwa. Kuzamiwa hasa vitabuni na maktabani.

Asilimia kubwa walihitimu nao wengine wakarejelea kozi zao mara tena. Waliofuzu kihalali walitafuta kazi kwa udi na ambari. Wengine walihudumu hata kabla ya kuhitimu vyuoni. Ilitegemea nafasi ya mtu katika jamii, hadhi ya jina la kifamilia na uzani wa kitanga chake.

Niliuma meno. Nilitafiti kwa udi na uvumba. Nilijiunga na vyama vya kukuza maendeleo na taaluma chuoni kinyume na wale waliojiunga na vyama vya kujitakia na kujitendea wenyewe. Kati ya vyama hivyo ni Chama cha Kiswahili Umile kilichofupishwa kuwa CHAKIU. Kilikuwa na kiu kweli. Kiu ya kutaka kujua Kiswahili na ukuaji wacho kama lugha inayotegemewa katika bara la Afrika.

Katika ndaki ya Umile Inanga UI, nilijifunza mengi zaidi. Mengi ya kufaidi maishani na mengine yaliyokuwa mafunzo anuwai ya mwelekeo chanya wa aushi yangu. Maisha ni elimu daima. Jambo lolote lafaa kuwa funzo lisilopuuzwa abadan. Lazima kujifunza kwa mkondo chanya ama hasi wa maisha. Japokuwa mwelekeo chanya huwa bora na wa kutumainisha daima. Maisha ni chuo hasa! Chuo kama vilivyo vyuo vingine vya kielimu. Hatima yake huwa mauko ya mwanadamu husika. Tofauti ni kwamba huwa hatima isiyo na shahada yoyote. Ubora wa kuthibitisha namna mtu alivyofuzu na kufaulu hujitokeza katika uhalisia wa maisha anayoyaishi.

Salama na dadangu Fanisi walinitembelea mara kwa mara kule chuoni. Hii ilitokana na huenda kukosa kwenda nyumbani kwa sababu ya kusongwa na gange chuoni. Walinitembelea kunishajiisha na kunimotisha almuradi niendeleze nia na lengo langu kuu nililokuwa nalo hasa! Salama alipendezwa sana na namna ambavyo nilishughulikia elimu yangu chuoni.

Alikashifu nyendo za wengi na namna ambavyo adinasi hao walijibeba chuoni. Si kwa kujibeba namna wasemavyo vijana wa kileo ila ni mienendo na misukumo ya maisha waliyokuwa nayo. Wanachuo walizamia sana usuhuba wa kihuba na kusahau kauli zao za utaalamu zilizowasindikiza chuoni. Niliamini wakati mwingine kuwa kumbe mapenzi huongoza na kusukuma ulimwengu kwa namna fulani. Hujaona waja wakikatana kwa mashoka kwa sababu ya mahaba? Hujaona wengine na mapanga mikononi mwao kwa kuwa eti wamesalitiana kihuba? Kadhaa walikuwa wameuawa ama kuuana kutokana na mahaba; si kwa vijembe si kwa vijijembe si kwa dawa si kwa kitanzi. Aliusifu mwelekeo wangu ila binafsi nikaona kuwa sijakamilika.

Makusudi alinitembelea mara kwa mara pale nyumbani na hata chuoni. Mosi, alikuja na Sudi na Pendo kisha akaja pekee namna alivyopenda na ilivyomjuzu akiwa rafiki wa dhati na kakaye sahibu Salama. Ujio wake wa kila punde ulinitia moyo na hamasa ya kusoma na kutafiti zaidi huku nikiwa ni sahibu wa moyo.

Holele kwa upande wake alinizuru mara moja akiwa na mkewe Veronika. Veronika alikuwa amekuja pwani kutafiti kitovu cha lahaja ya Kiamu na Kimvita. Alitembea na mkewe ili kumpa ushirika na kuutimua ukiwa. Aliona kuwa maadam yu Pwani basi ilimjuzu anizuru kwa namna alivyonipenda. Tulikuwa tumewasiliana awali aghalabu rukononi hivyo basi alitambua hali ya maisha yangu ilivyokuwa na mahali nilipokuwa nikiishi. Alifurahi sana punde alipopata habari kuwa nilikuwa nimejiunga na ndaki kusomea taaluma yangu niliyokuwa nimemweleza awali.

Umile Inanga *university college* ndiko nilikotia makali ubongo na akili zangu kwa namna ilivyonipasa. Kunao waliokwenda kule kusoma na wengine huenda kilikuwa kipindi cha mpito tu. Ilikuwa ni sehemu ya kupitia tu kama yalivyo maisha ya kawaida katika ukawaida wake. Angalia mpito wa kuzaliwa unavyopishana na mpito wa mauti. Angalia mpito wa kubalehe unavyopishana na mpito wa ndoa. Angalia mpito wa ndoa unavyopishana na mpito wa uzazi. Naam, uzazi kwa maana ya kuzaa na kuwa na wana. Kila jambo katika maisha ni mpito tu! Vipindi vya kupitia kama jinsi ilivyo ili kuukamilisha wasifu wa mja aliyedhaniwa kuwa kakamilika. Waliouma meno na kuzamia mabuku kwa hamu na ari walifanikiwa katika mahafali ya kila wakati pale chuoni. Walipiga danadana elimu yao wakawa wamesalia kuigegeda wasije wakauma vyanda vyao vinywa vikiwa juujuu kama kelbu.

Waliojua kupenda na kupendana kwa nia ya uchumba walifanya vile. Walifanya vile huku hatima ya wengi ikiwa si ama uchumba ama ndoa walizokusudia kuwa nazo. Wengine mauko yaliwacheka na kuwakaribisha kwa mikono miwili huku yakiwashangilia na kuwakumbatia. Waja walisafirishwa Ahera pasi nauli wala daladala kinyume na matarajio yao. Si mapenzi hukamilikia ndoa jamani? Mbona haya kuhitimikia mauko? Pana ladha gani penzi linapogeuka na kuwa shubiri zaidi ya mshubiri wenyewe? Dunia hubadilika asali inapochachuliwa na kutiwa chungu namna nyongo ilivyo! Mara mja huramba asali akadhani kuwa ndivyo ilivyo katika uhalisia wake kumbe sivyo!

Viongozi wetu walipakwa mafuta viganjani. Kila tukio lilihitaji kupigwa jeki na angalau mafuta ya *Amber* ama *Tip-Top*. Matukio yaliyokosa mafuta yalizikwa katika kaburi la sahau nayo yaliyopata mafuta yalisukumwa na kuhalalishwa hata kabla ya kupitia hatua zilizohitajika. Watendaji waliungana na washikadau kuimba nyimbo za lahani moja.

Angalia namna ambavyo Amani alikuwa. Aliingia chuoni akiwa kijana mwenye amani moyoni na katika kila mandhari aliyokuwa. Baada ya kuwa chuoni kwa muda na kunolewa hapa na pale; alitiwa makali akawa upanga ukatao kuwili kuwili. Aliinamia biashara ya kuuza unga kwa siri na hatimaye wazi wazi. Chuoni alikimbizwa mbio na mamlaka ya chuo kisha baadaye akaanza kuinamiwa na kila mmoja. Habari zilizagaa kama moto katika kichaka kikavu eti alikuwa na ushirika wa karibu na wanasiasa fulani fulani wenye utukufu nchini. Si wajua kuwa mwenye usuhuba na meza ya wageni hufaidi uhondo na utamu kumganda magegoni?

Aliwashika masahibu kutoka pembe zote. Wakamwinamia na kuanza kumpakaza jina bwana Inama. Aliitwa Inama mpaka kila mmoja akamjua kuwa alikuwa Inama. Ni kweli kuwa aliinamiwa hasa na wavuta unga na waramba nyongo. Mwenyewe hakutumia alivyoviuza ila aliwapa wengine na kuviuza kwa wingi. Huenda alitumia faraghani! Huenda hakuvitumia. Binafsi sikuwahi kumwona akitumia japo siku moja wala kusikia kutoka kwa marafiki wake. Waliomwita Inama nao walikuwa na sababu zao. Huenda alikuwa mmoja aliyeasisi matumizi ya jina hilo ila likashika kasi na kila mmoja akawa akimwita vile. Jina lake halisi lilisahaulika!

Nilikisia kuwa huenda kubadili jina pia ilikuwa mbinu ya kuficha hali fulani. Huenda aliyempakaza alisadifu wasifu wa mkengeuko uliomfika mwenzetu. Pengine hulka zikibadilika hata majina hubadilika na kwenda sambamba na mageuzi husika. Lakini mbona kubadili majina? Majina nayo yana athari maishani? Huenda ni uhalisia fulani! Angalia Jebezi alivyolia na kuomba kubadili hali yake kutokana na jina la uchungu alilopewa! Angalia Sauli kutoka Taso alivyobadilika na kuwa mtume Paulo! Angalia Yakobo alivyopakazwa jina Israeli na malaika wa Mungu! Angalia Abram alivyoitwa Abrahamu na kupewa baraka kutoka mbinguni! Haya yote yakidhihirishwa katika msahafu wa Kikristo. Si walisema eti afadhali sifa njema kuliko marhamu nzuri? Si sifa njema huandama jina jema? Hata adinasi akijipodoa kwa vipodozi tumbi tumbi na akajipakia uturi unaonukia, endapo hana sifa njema na jina jema basi hatima ya yote huwa ni bure bilashi! Jina jema hung'aa gizani eti!

Siku hiyo tulikuwa tukitoka kwenye kongamano la Kiswahili pale jijini. Tulikuwa ukufi tu! Baadhi ya wapenzi na wakereketwa wa lugha yetu ashirafu ya Kiswahili walikuwa wamehudhuria ili kujadili masuala nyeti katika Kiswahili. Nilikuwapo katika kundi adimu. Inama alikuwapo pia. Alikuwa akichukulia kozi ya uhandisi japo alikuwa mpenzi wa Kiswahili. Tulikuwa tumefurahia kongamano. Hii ni baada ya kuteka na kuchota maarifa kutoka kwa wataalam na watalamidhi kutoka vyuo mbali mbali. Watu aalimu waliomenya na kula vitabu bila huruma.

Tulitembea asteaste huku tukipunga unyunyu kwa raha zetu. Moyo wangu haukunisomesha vizuri. Nilikuwa na wasiwasi ndani ndani kama mwasi. Nilikuwa mbele na mabingwa wengine wawili wa lugha ya Kiswahili. Nyuma alituandama Inama pamoja na mwenzetu mmoja. Tulikuwa naye katika mkondo mmoja wa njia. Tulifuata njia kuu kwa muda kisha tukapinda kulia na kufuata ujia uliokuwa karibu na jengo kubwa lililotukodolea macho na kutuinamia kama mwanamke mkongwe. Jengo lenyewe lilituangalia tu kama mkewe Lutu alipobadilika kuwa mwamba wa chumvi baada ya kupuuza maagizo ya Muumba kupitia kwa malaika wake.

Nilipoangalia nyuma sikumwona tena. Nilipuliza kipenga cha kuulizia alikokuwa ameenda. Mwenzetu alitueleza kuwa alikuwa ameingia pembeni kumsalimu mjomba. Alikuwa ameingia katika jengo la *Freedom* kujiweka huru. Tuliambua nyayo zetu huku tukielekea katika mgahawa wa *Check Inn* ambako tulikuwa tukielekea kupata sharubati ya mazabibu.

Baada ya muda wa takriban dakika thelathini, Inama aliletwa na polisi huku amepigwa jeki kama gari lililoharibika magurudumu. Alitembea kwa ncha za vidole vya miguu. Alipofika tulipokuwa alimwonesha mwenziwe waliokuwa wakitembea naye nyuma nyuma. Alikuwa ameketi kati kati yetu. Pamoja nami kulikuwa na mwingine katika mkono wangu wa kulia naye katika mkono wangu wa kushoto. Mwingine alikuwa katika mkono wake wa kushoto.

Tuliinuliwa halambe halumbe. Hatukuendelea na sharubati yetu. Naamini kila mmoja alikuwa amefikisha nusu kama jinsi nilivyokuwa mimi. Bilauri ilikuwa nusu bila, na nusu sharubati. Ushikwapo shikamana! Tulifuata mkondo.

Tulipelekwa hadi lilipokuwa karandinga lao tukatiwa ndani. Tulipelekwa hadi kwenye kituo cha polisi pale Shikamoo tukafungiwa. Niliona nikiingia Jehanamu kwa macho yangu. Kule ndani kulikuwa baridi kama barafu. Miguu iliganda! Damu yangu ikasimama! Moyo ulikosa kupiga na kwenda kwa namna ilivyohitajika. Nikawa nusu maiti. Sijui wenzangu walihisi vipi. Ninachokikumbuka ni kuwa kila mmoja alilalamikia hali hiyo vibaya sana.

Baada ya siku tatu, wenzetu chuoni waliandamana na kulalamikia kushikwa kwetu. Walitembea hadi tulikokuwa tumefungiwa huku wakiimba nyimbo za uhuru wetu. Walitaka tuwe huru. Polisi waliwatoza machozi kwa kurusha vitoza machozi hewani ila wakawa wameganda papo hapo eti tuwe huru. Siku hiyo tuliachiwa huru ila mwenzetu Inama.

Nilipotoka huko nilifahamu kuwa dunia ina sehemu tofauti tofauti. Kati ya sehemu ambazo mtu yeyote asingependa kuishi ni huko kwenye rumande ama korokoroni. Waliokuwa huko niliwahurumia na kuwasikitikia sana. Mwenzetu alikuwa apelekwe kizimbani kwa tuhuma za kuuza nyongo na tindikali. Alizuiliwa kwa muda wa juma moja. Baada ya juma aliachiliwa. Alishughulikiwa na mwajiri wake ambaye alikuwa mwanasiasa maarufu nchini. Matumaini yake ya kuendelea katika biashara husika yalitiwa doa na hicho kifungo. Aliamua kubadili mienendo na kuishi maisha mapya. Alijua kuwa alikuwa ameponea chupu chupu katika kinywa cha simba. Naam, simba hasa! Si wajua kuwa serikali ilikuwa na mkono mrefu? Si ajabu kuwa endapo si fulusi na kujuana kwa mwajiri wake na wakubwa wenzake basi angeoza na kuozeana kule ndani, gerezani. Kifungo chake kisingepungua miaka kadhaa pasi kukosekana faini juu yake. Hatima ya yote angesitisha masomo yake na kozi yake ambayo alikuwa akiendeleza kule chuoni.

Inama aliinama akamshukuru Mola wake. Alipiga magoti akamwomba Mkawini amgawie japo moyo wa mabadiliko kidarini mwake. Alipiga bismilahi akaomba neema ya kusoma na kuendeleza na kutimiza maono yake. Aliangalia juu na chini akaona kwamba atafanya juu chini ili kutimiza maazimio yake. Mandhari ya rumande yalikuwa yameubadili mkondo wa maisha yake na hatima ya yote alikuwa tayari kukosa hata unga kwa sababu ya kujitakasa na kujinadhifisha. Huenda alikuwa mui ambaye sasa alikuwa tayari kuwa mwema. Maisha ni mabadiliko eti! Niliutamani mwelekeo wake. Nikaufurahia kwa dhati na kuona kuwa alikuwa akielekea kuliko kuwa na nuru katika giza la maisha yake.

Sura ya 12

Nilipohitimu chuoni nilifurahi ghaya! Katika mahafali yangu niliwaalika wapenzi na marafiki wa dhati. Nilimwita rafiki yangu Holele pamoja na mkewe Veronika. Sikumsahau Sambaza na mkewe Banati. Sahibu yangu Makusudi na mkewe Sudi wasingekosa hafla japo iwe kwa maradhi. Walioupamba ukumbi zaidi ya mimi mwenyewe ni Salama na wifi yake Fanisi pamoja na Pendo na Bahati. Mkaza hau Bi. Msisimo aliukamilisha umati wa watu niliowathamini zaidi ya mboni za macho yangu. Pasipo kumtaja babangu Emmanuel Mchumo na mamangu Bi. Inami, basi ningekuwa nimejitosa katika lindi la laana na kuwa mjalaana hasa.

Walikuwa wahisani na wema maishani mwangu. Ndio waliosukuma gurudumu la maisha yangu katika ukuaji na mabadiliko anuwai. Walinishajiisha na kunimotisha katika kila hali. Huenda kama si wao ningekuwa Ahera. Huenda kama si wao ningekuwa mwehu. Huenda kama si wao ningekuwa kidutumtu tu asiyetajika kwa lolote hata iwe vibaya vibaya. Mtu ni watu! Bila watu hapana maisha!

Holele na Veronika walikuwa wema wa mioyo. Walinifanya nikafahamu Tanzania. Muda nilioishi nao walinifunza kuwa mtu wa watu hasa! Walinifaa kwa kila hali. Walinisaidia kwa kila hali. Angalia namna nilivyougua wakanifadhili na kunilipia gharama ya matibabu. Angalia namna nilivyokosa nauli wakanipa. Angalia ufadhili wao kwangu. Angalia namna walivyonilisha kama mwana mkembe. Walikuwa watu wa utu kweli.

Holele alikuwa mvumilivu. Licha ya kukatazwa na babaye kuoa Veronika hakufanya vile. Alishikilia kikiki azimio lake na kutimiza makusudi yake. Vizuizi vya wazazi hatimaye vilibadilishwa na wazazi wenyewe na kuwa vichopa vya baraka kiasi ili kumnufaisha mwana wao. Mwishowe waliona kuwa ndiye aliyewafaa zaidi katika pumzi zao za mwisho.

Nilijifunza mengi na kufahamu kuwa almuradi adinasi atende mema ayatendayo; hata pawapo na vikwazo ni vyema kuzingatia ubora wa yatendwayo. Hiyo ndiyo adhabu ya maisha hasa. Kwamba kila jambo jema lazima liwe na pingamizi. Si walisema eti mti wenye matunda ndio ulengwao mawe? Shamba lenye miwa lililo karibu na shule ndilo lipatalo taabu na balaa kutoka kwa wakembe! Wakembe hawakosi kumiminika humo huku kila mmoja akiwania sehemu yake. Hii ni kutokana na tamaa na kukosa nidhamu na intidhamu kwa wakembe husika. Hatimaye huja mwenye shamba na huenda kuwaadhibia shuleni ama makwao. Wazazi na walimu huwa wahusika wakuu kuwaadilisha wana hawa.

Holele walikuwa wakiishi maisha yao ya raha mustarehe kule Mwanza. Walikuwa wamefanikiwa na mwanambee na sasa alikuwa katika shule ya malezi pale Mwanza. Veronika mkewe alikuwa ameajiriwa kuwa mhadhiri katika chuo cha walimu pale Tanga. Holele naye alikuwa akisimamia mojawapo ya hoteli za kitalii kule Dar es Salaam. Ilikuwa aila niliyoipenda na kuitamani kuishi jinsi walivyokuwa na msukumo wa maisha. Nilitamani kuwaiga hasa!

Angalia maisha ya Sambaza na mkewe Banati. Ijapo alikuwa ni kakaye Holele, mambo hayakusadifiana hata chembe. Banati alimpenda Sambaza kwa moyo wa dhati. Licha ya msongo wa mambo yalivyosigana pale nyumbani kwao, aliazimia kuwa na Sambaza daima. Waliposhikwa na kutiwa mbaroni ndiye aliyemfaa na kumtoa kwa kukubali usuhuba ambao ungeishia kwa ndoa. Umri uliwaadhibu kwa siku kadhaa gerezani kisha wakaonewa imani na wavyele wao. Wazazi walikuwa chui kasoro mikia ila neema iliwaingia na imani wakawaonea huruma. Walifunguliwa!

Alipoachiliwa, Sambaza alishurutishwa kulipa fidia wazazi wake Banati. Alipigiwa hesabu kwa gharama ya karo na malezi yote. Alitia saini iwe yawe huku akifahamu kuwa chuma chake kilikuwa motoni. Heri nusu ya shari kuliko shari kamili. Alifanikiwa kulipa nusu na hatimaye kulemewa kabisa. Alikuwa amejikuna ajipatiapo! Hili lilimzalishia kutiwa husunini tena. Baadaye alisamehewa na wakwewe kwa kuwa Banati alikuwa mjamzito na alihitaji kushughulikiwa na mumewe. Waliamini kuwa asingemshughulikia vyema akiwa kwenye mtanziko wa maisha. Aliwekwa huru! Alipofika nyumbani alibadili nyendo zake na kuwa mwaminifu kwa mkewe. Waima mui huwa mwema!

Kuaminiana kwao kulimpendeza Banati na kumfanya kuwa na furaha daima. Mbali na kitembo chao cha elimu na kazi za sulubu walizozifanya waliishi kwa furaha ya mume kwa mkewe na mke kwa mumewe. Waliridhishana! Walikidhiana matakwa yao kwa namna ilivyopendeza. Matakwa ya miili na mioyo. Kulala kwao njaa leo kulikuwa na matumaini kuwa kesho ipo. Walilala njaa ila wakaamka wakiwa wametononoka. Kumbe ndoa ni imani na amani tu!

Wakwewe Sambaza nao waliwabariki na kuwaombea maisha mema zaidi. Banati alibarikiwa pia na waavyaa wake na kuombewa kizazi bora maishani jinsi ilivyotarajiwa kutoka kwa wazazi hadi kwa wana. Walikuwa ndipo mwanzo wanaanza kufanikiwa. Baraka za wazazi zilikuwa zimefungua milango yake na kuukubali wito wa kuwa baraka huwa kwa wazazi. Walifurahi japo kichele maishani mwao.

Makusudi alifanya mambo kwa kuyasukuma. Pamoja na mkewe Sudi, walipenda ushirika wa dhati. Walianzia mbali. Shuleni walisoma pamoja. Walicheza pamoja kila wakati na kila mara. Hatimaye walitimuliwa shuleni na mwalimu mkuu kwa kupewa *suspension*. Adhabu husika ilijenga uhusiano ila ikaweka kiambaza kati yao. Kiambaza hicho kilijenga nidhamu kati yao. Wakaheshimiana! Walituliza majembe yao yasije kujeruhi ardhi husika. Walipewa vidhibiti hisia wakadhibiti hisia zao. Hivi ndivyo walivyosema vijana. Waliyanoa majembe yao na kuyahifadhi katika maghala yao kwa ajili ya huduma ya baadaye. Kila mmoja akavuta saburi na uvumilivu wa maisha. Walipohitimisha kidato cha nne wakasubiri matokeo huku wakisukumwa na hali zao kuishi pamoja. Hawakuvuta saburi tena. Walitia mkataba wa maisha. Wakaona wakiishi pamoja abadi.

Makusudi na Sudi walipojirudi walirudi vyuoni kuendeleza elimu yao. Licha ya kuwa hawakuwa wamepita jinsi ilivyodhaniwa waliingia katika vyuo anuwai kujisomea. Si walikuwa wameoana tayari jamani? Sasa walihitaji nini kama si maisha bora? Si maisha bora yalitegemea elimu jamani? Maisha bila elimu ni bure bilashi! Nani aliye na aushi bora endapo si msomi? Wengine huishi bora maisha! Masa ambayo walifanya ni kujikuta ndoani kabla ya kuhitimu elimu yao. Hilo ni suala ambalo lilikuwa tata maishani. Liliwaathiri na kuponda ndoto zao. Ijapo walijikakamua ili kuafikia malengo yao. Waliuma meno!

Walisoma kila mmoja akafuzu vyema na sasa walikuwa na japo kazi za kufanya. Waliwahudumia watu wakipata japo kidogo cha kuwasukuma aushini. Hawakuwa walalahoi wala walalahai. Waliishi kama binadamu wa kawaida hasa! Si kwa kujikaza wala kuuma meno tu shelabela ila ni kwa mkondo wa maisha yenyewe. Hasa mkondo chanya wa maisha. Walikuwa na matumaini mema kwa siku zao za baadaye.

Salama naye alikuwa amenifunza mengi. Alikuwa na ndoto nimwoe japo isingewezekana kulingana nami. Alikuwa kama maharimu wangu. Alikuwa dadaye mbasi wangu Makusudi. Alikuwa kama dada yangu hasa! Sikutaka uhusiano wa aina hiyo kati yangu naye. Sikuwa tayari. Moyo ulikuwa jangwa. Haukuwa tayari kuota mbeu za mapenzi. Alimwita dadangu Fanisi kuwa wifi wake ila halikunipiga mshipa kuubadili msimamo wangu ili niingie katika mipango yao.

Salama alikuwa angali akihudumu kule hotelini. Alikuwa amepandishwa madaraka na kuwa msimamizi mkuu. Lililokuwa bora zaidi ni kuwa alikuwa amejipatia mchumba ambaye angemwoa karibuni. Alikuwa bwana mmoja Mdigo aliyekuwa akihudumu katika benki mojawapo kule Lamu. Niliomba heri ili niwe kuhudhuria ama sagai au harusi yao!

Fanisi dadangu alikuwa amenunuliwa kazi kule Nairobi; jiji kuu la Kenya. Alikuwa meneja katika kampuni ya mafuta ya *Bidco*. Alisimamia kwa ujasiri mmoja na busara aliyokuwa nayo. Alikuwa na akili nzuri niliyojifunza kwake daima. Fauka ya hayo, alijua namna ya kukaa na waja. Huenda alinipiku kwa maarifa namna nilivyotathmini mimi mwenyewe. Licha ya kuwa mnuna wangu niliona kuwa alikuwa katika nafasi nzuri zaidi kunizidi. Nilimwonea gere na kumhusudu kwa namna ya kutaka kuishi kama yeye. Nilimwombea na kumtamania maisha aali na ya kupendeza daima. Nilijua kuwa ipo siku angetegemewa na jamii nzima mbali na babangu mzazi na mama mzazi.

Pendo na Bahati nao walikuwa na mzigo wao. Kila mmoja alikuwa na taabu yake. Kila mmoja alikuwa na matumaini yake. Kila mmoja alitazamia muujiza fulani kutokea. Kila mmoja alikuwa na lake la rohoni na moyoni.

Pendo alikuwa amehitimisha chuo kikuu. Alikuwa amesomea shahada yake katika kilimo biashara. Sasa alikuwa akishughulikia uzamili katika chuo kikuu kicho hicho huku akifanya kazi katika kampuni ya maua ya aliyekuwa Rais wa taifa la Kenya akiwa mwelekezi mkuu wa kampuni hiyo. Alikuwa na tumaini kuwa yupo ambaye angemwoa. Aliwaambia watu kuwa alikuwa na mchumba. Binafsi niliuelewa mwelekeo wake. Wengi hawakufahamu alikusudia nani. Ni Makusudi pamoja na mkewe Sudi pekee ndio waliofahamu akili na fikra za Pendo mbali na mimi mwenyewe. Sijui kwa nini hakubadili mkondo wake wa uchumba na mwelekeo wa maisha? Sijui kwa nini hakuwa tayari kumkaribisha mwanamume mwingine aushini mwake? Sikujua endapo matumaini yake yalikuwapo na yalikuwa yamelenga kufuma ama kukosa alichokitaka kukifuma? Sikujua! Huenda aliishi kwa kujiamini na kujitumainisha. Aliishi katika ulimwengu wa matumaini tu! Matumaini na maazimio belele aushini!

Bahati naye alikuwa na yake. Aliamini kuwa alikuwa na mchumba. Aliamini kuwa alikuwa na mtu ambaye angemwita kuwa mume siku zijazo. Sijui ni kwa nini hakukata tamaa baada ya muda huo mrefu. Tulikuwa pamoja tukicheza foliti. Tulikuwa pamoja tukicheza mchezo wa baba na mama. Tulikuwa pamoja tukicheza mchezo wa kukimbizana. Tulikua pamoja. Tulisoma pamoja tukitiana moyo na kushajiishana. Tulikua pamoja tukisoma alfabeti na abjadi pamoja. Sasa alikuwa mhariri mkuu katika matbaa ya Nipashe mjini Kitale kule Kenya. Baada ya kusoma pamoja, sasa yeye amepokea mshahara kwa miaka mitatu ilhali Mfanisi ndipo mwanzo anahitimisha masomo yake. Hajui harafu ya hela za mwisho wa mwezi inavyoadhibu pua na kuhisi vitangani. Dunia hii isiyo na usawa hata chembe. Endapo tungekuwa na usawa basi watu wote wangekuwa na ama kimo kimoja ama uzani mmoja ama rangi moja.

Angalia namna ilivyo dunia yenyewe! Si kote ni tambarare. Si kote ni milima. Pana utofauti mkubwa wa miinuko na mabonde. Huenda miinuko hiyo ikawa ishara ya watu warefu nayo mabonde yakawa ishara ya watu wafupi. Tambarare huenda ikaashiria kuwa kuna baadhi ya mambo ambayo huwa sawa kwa kiwango fulani namna wanavyolingana baadhi ya waja kwa kimo na hata unene ama ubaidhati wa maisha.

Bahati hakuweza kufumbua macho yake kwa namna nyingine na hakusahau kuwa pana mtu aitwaye Mfanisi. Huenda angefanya vile baada ya mauko yangu endapo ningemtangulia mbele za haki. Lakini sasa, maadam tupo wazima alishikilia kikiki ndoto yake na matumaini kuwa yalikuwa ya njiani kutimilika. Je, ni nani angeitia mboji ili iweze kuwa namna alivyotazamia? Maisha yangu yalikuwa yangali jangwani huku moyo wenyewe ukisalia kuwa ni mwamba usiootesha chochote ambacho angekiita mapenzi. Huendsa mwenyewe alikuwa na jukumu hilo ama mimi mwenyewe!

Nilizidi kuwayawaya kwa maamuzi ya Pendo na Bahati. Nikawafikiria namna ambavyo wangeathirika endapo maazimio ya mioyo yao yangegonga mwamba. Endapo wote wangeuma chuma basi! Sikuwa na be wala te! Niliamini kufikia sasa kuwa mauti pekee ndiyo yangeweza kuweka mipaka baina yao na maazimio yao kulingana na hali ilivyokuwa. Hakuna yeyote aliyekuwa tayari kutupilia mbali azimio lake. Kila mmoja aligandia na kukwamia kama gundi.

Bi. Msisimo mke wa hayati hau yangu alikuwapo. Alikuwa amebadilika mno siku za hivi karibuni. Aghalabu alikuwa ametutembelea na kujuana na babangu. Alikuwa pekee katika chumba cha unasibu wa ujombani. Aliwakilisha mjomba hasa! Nilikuwa nimemheshimu tangia kubadili nyendo zake na kuanza kuniombea mema. Nilimwona kuwa mkaza hau kikweli. Kila wakati nilimshukuru kwa yote yaliyotokea kule Nakuru. Niliamini kuwa endapo isingekuwa vile nisingejuana na Makusudi kisha hatimaye Salama aliyenifikisha Pwani ambako nilijuana na Fanisi kisha hatima ya sadfa kuu ya kuijua aila ya babangu mzazi. Hii yote ilikuwa safari ya mabonde na miinuko pamoja na matumaini makuu. Safari iliyonifikisha katika stani ya usuli wangu na sasa kung'ang'ania upeo wa ufanisi wenyewe wasemavyo wenzangu wanaojizatiti kufanikiwa pia.

Bi. Msisimo alinipenda nami nikampenda. Sikuwa na haja ya kumbebea kisasi moyoni namna wafanyavyo waja wachache wasio na hekima. Pana haja gani kumwekea mtu kisasi maishani? Malipizi ya kisasi huwa ni yapi? Nadhani kisasi ni maradhi ya moyo. Hayati mamangu aliniambia kuwa nikitaka kuishi maisha marefu nijiepushe na maradhi ya moyo. Akazidisha kwa kutaja kuwa kati ya maradhi mabaya zaidi ya moyo ni kuwa na kisasi na kuhangaikia mapenzi. Niliona kuwa ilikuwa yakini iliyojificha zuliani na hivyo mja alihitaji jicho pevu kutambua hilo.

Nilimshukuru sana Bi. Inami kunikubali na kunichukua kuwa mwanawe kama alivyokuwa Fanisi. Hakuwa namna walivyokuwa akina mama wengine wa kambo niliosoma juu yao na wengine kuthibitisha kwa kujionea ana kwa ana. Alinichukulia kuwa mwanawe kindakindaki na aghalabu nilimsikia akimsukuma babangu kuwajibikia majukumu yake kwangu na kwa Fanisi mwanawe halisi. Alimshauri mzee mara kwa mara kuhusu sisi wanawe na jumla ya yote familia nzima. Alikuwa mshauri mkuu wa baba!

Bi. Inami ndiye aliyenitembelea mara kwa mara chuoni Umile Inanga na kunichochea kusoma sana. Ndiye aliyemchochea baba na kumtia motisha ya kwenda Nairobi kumnunulia Fanisi kazi. Alitamani sana sisi wanawe tuwe na miimo na nguzo zetu wenyewe pasi kumtegemea yeyote. Aliamini katika familia na jamii inayojitegemea. Hakuwa na kinyongo moyoni mwake.

Bi. Inami ndiye aliyenipa hela za kulipia hafla ya mahafali. Sijui endapo alimwitisha baba! Sijui endapo alipewa tu na baba ili anipe! Sijui. Hata kama angepewa na babangu na awe na moyo wa unyimivu, chuki na mkono birika basi nisingepewa. Jumla ni kuwa alikuwa mtu mwema na mwenye moyo safi! Alikuwa mama mzazi kikweli!

Emmanuel Mchumo almaarufu malenga Manu; alikuwa babangu hasa. Nilimhongera na kumshukuru kwa kunikubali. Nikasahau lawama zote nilizokuwa nimemlimbikizia na hayati mamangu. Kumbe alikuwa ni mtu wa utu ila ni muda tu uliwapiga chenga. Wakasalimu amri na kuishi namna walivyoishi hadi kifo kilipomchukua mamangu. Hatimaye katika kutafuta gizani baba akapatikana. Babangu mzazi bwana Mchumo!

Alinikubali kama jinsi ilivyompasa mja razini kuikubali damu yake. Ilikuwa ni hali ya mwana mpotevu kurudi nyumbani kama isimuliwavyo katika Biblia. Kinyume na kuwa mwana mpotevu alianzia nyumbani kisha porini kisha nyumbani, Mfanisi alianzia porini kisha nyumbani. Baba wote walioana kwa hulka kwa kuwakubali wana wao. Nilifurahi na kufarijika mno.

Niliishi na babangu baada ya kuhitimu huku nikijishughulisha na vibarua vya hapa na pale. Tuliheshimiana kwa heshima ya baba kwa mwanawe na mwana kwa babaye. Tulikidhiana matakwa yetu; matakwa ya baba kwa mwana na mwana kwa baba. Hata hivyo, sikutaka kukaa sana pasi kuwa na kazi maalum ya kufanya. Nilifahamu kuwa kupata kazi bila mafuta mikononi haikuwa rahisi vile. Ilikuwa ni sawa na kupata maziwa kutoka katika titi la nyati. Si wajua kuwa mkama nyati hujikaza? Wakati mwingine si rahisi kukama nyati wenyewe. Wakati mwingine haiwezekani kabisa.

Nilifanya kazi za sulubu kwa kujitoa mhanga. Kila jambo na kila kukicha hali ilikuwa kuuma meno. Kazi za shokoa hazikunifurahisha vile. Nilitamani kazi nafuu mbali kidogo na usulubu wenyewe.

Naikumbuka siku moja. Naam, siku moja kama jana tu! Nilikuwa nimetokea usaili katika kampuni mojawapo kule jijini kusaka kazi. Baada ya kufaulu mahojiano. Niliulizwa nilichokuwa nacho kiganjani.

Sikuwa na chochote! Hata ningekuwa nacho haikuwa laiki yangu kutoa mlungura. Nilikuwa katika sayari nyingine. Miongoni mwa wasailiwa hamsini, tulikuwa tumesalia wasailiwa watano. Katika kundi hili walihitajika wasailiwa wawili tu! Hivyo kamati ya usaili ilikuwa wazi na kutueleza kuwa ilihitaji shilingi laki moja kwa kila mmoja ili kushughulikia uidhinishaji wa vyeti vyetu katika mitambo na mashine za kampuni. Kila mmoja alitoka hapo akiwa amenyong'onyea mno. Binafsi sikuwa na hizo hela. Sikujua endapo babangu bwana Mchumo angekubali kuzitoa. Awali ya yote sikujua endapo alikuwa nazo. Hata endapo angekuwa nazo sikuwa na yakini endapo angezitoa. Kazi ya Fanisi ilikuwa nafuu kwa kuwa iligharimu shilingi elfu thelathini tu! Ijapo kwangu nilifahamu kuwa chauchau ni chauchau tu hata ziwe shilingi tano ama milioni!

Nilitembea asteaste huku nikiteremkia gurufu ya kutoka jijini kuelekea kwetu mabondeni. Akili zilikuwa zimeniduru. Sikujielewa sikujitambua. Sikuelewa hali iliyokuwa ikinisibu hasa. Ghafla, mvua ilianza manyunyu manyunyu. Kisha bilula za mifereji yote zilifunguka na anga kukasirika huku mwaa zikisikika kote! Nilikimbia na kubeta kulia. Bahati nzuri, niliona nyumba moja iliyojitenga kama kisiwa katika mkono wangu wa kuume. Ilikuwa imepigwa ua wa michongoma. Lango kuu lilikuwa limefungwa ila kijilango ambacho kilikuwa katikati ya lango kuu. Kijilango chenyewe kilikuwa wazi ni kana kwamba kulikuwa na mtu ambaye alikuwa ametoka nje ya mji huo. Nilifululiza hadi mlangoni. Mlango ulikuwa wazi kama wa kanisa. Nilibisha. Nilisikia sauti zikizungumza tu ndani kwa ndani ila hazikunikaribisha. Niliamua kujikaribisha mwenyewe. Niliwakuta wanaume watatu wakiwa wameketi kochini huku wakitazama runinga. Kiwaa kikubwa kilichochukua nafasi ya robo tatu ya upana wa ukuta.

Nyumbani mlikuwa na mapambo mengi. Makochi ya kimisri yaliyotandikwa vitambaa vilivyonakshiwa mapambo tumbi tumbi. Pale mbele kulikuwa na kabati kubwa la vioo lililokuwa na balbu zilizomwekamweka na kung'ara kwa rangi tofauti tofauti. Muziki mzito ulikuwa ukipenyeza kwa sauti nzito nzito kutoka kwenye spika katika kila kona ya nyumba hiyo. Meza ya glasi ya mduara ilikuwa pale katikati ikinikodolea macho kwa huruma.

Moyo ulinipapa kwa wasiwasi. Nikasimama kama mzuka aliyezuka kutoka kuzimuni. Hakuna aliyeshughulika nami. Kwa mara nyingine nikahisi damu yangu ikiganda mishipani. Nilitatarika nikashindwa cha kufanya!

Kwa sudi, mwanamume mmoja alitokea kule mlangoni. Nilipomtazama, alikuwa ameloa chepe chepe. Hakubisha! Aliingia tu! Alinipita kama upepo na kuelekea katika chumba kingine ndani ya nyumba ile. Nilikisia kuwa huenda alikuwa mmoja wa hao mabingwa. Baada ya muda kiduchu, alirejea akiwa amevalia mavazi mengine ambayo vijana walisema ni *truck-suit*. Tukawa wanaume watano kwenye nyumba nisiyoielewa hata chembe. Nilikuwa ugenini. Alirejea akafunga mlango na kunikaribisha niketi. Kwa muda huu wote mvua ilikuwa imeanza kupusa. Nilitaka kuondoka ikawa tayari amefunga mlango na kunikaribisha. Nilijikaza kama aliyeketi baina ya miguu ya tembo akiwa na hofu ya kufyandwafyandwa. Nilitatarika mno!

Alipoingia chumbani kwa mara nyingine, alikuja na mipini mitatu mikononi. Nikahisi mpigo wa moyo wangu ukisita ghafla. Hatimaye ulianza kwa mdundo wa kasi; mirindimo na mipigo mia mbili sabini kwa sekunde. Nilijua kuwa hapo palikuwa na hatari. Nilikaa ange. Nilijua kuwa lazima nife kiume. Hata kama mlango ulikuwa umebanwa. Hata kama walikuwa wanaume wanne kwa mie mmoja. Nilimwomba Karima na kumwalika katika ukumbi huo. Nilimwomba Rabana anijalie nguvu za kuepuka mtego huo.

Alinishika ukosi kisha akaanza kunigota na kusema kuwa nilikuwa jasusi ambaye nilikuwa nimekuja kuwadadisi. Nilikuja pale kuwaharibia starehe zao. Niliinuka tukaanza kupambana. Wengine waliinuka na kuunga mkondo. Tulimenyana na kupambana huku nikijivutavuta kuelekea mlangoni. Niliinuka kwa nguvu za ghafla nikawasukuma wote kwa mkupuo mmoja wakaangukia meza na kuivunja vipande vipande. Nilijivuta nikajikuta nimeshika kia na kutegua mlango wenyewe. Niliufungua! Niliruka nje ghafla. Walinifuata huku mmoja kashika sime mkononi. Nilipofika pale langoni, kile kijilango kilikuwa kimetiwa kufuli. Naamini kuwa yule bwana aliyeingia baada yangu ndiye aliyetia kufuli. Nilikuwa nimekimbia kufiwako…!

Mmoja wao aliponifikia tayari kunigota magotini, niliruka na kuhepa mpini wake. Walianza kupiga ukemi wa mwizi mwizi mwizi!

Nilivuta pumzi na kukumbuka namna nilivyoruka shuleni na kuwapiku wenzangu wote katika shindano moja la kuruka urefu kwenye gatuzi letu. Bwana sime alipokuwa amenifikia tayari kutekeleza wajibu wake, nilijipinda miguu yangu ikakubali kutenda kazi yake nami nikajikuta hewani. Nilikotoka ndiko kulikotembelewa na sime. Sime ikamenya ua na kuangusha majani kadhaa chini. Nilisikia pu! Ni kama nilikuwa ndotoni ni kama ulikuwa uhalisia. Nilikuwa nimeruka nipo nje ya mji huo. Walinifuata kupitia langoni huku wakipiga unyende wao wa mwizi mwizi! Ghafla umati mkubwa ulijaa. Walinishika huku wakiwa na watezi wangu. Nilifurahi moyoni huku nikijua kuwa nimeepuka mauti.

Furaha yangu ilitiwa doa na vijana wawili wavulana bodaboda wa pikipiki walioleta petroli tayari kuniangamiza. Walikuwa na mori. Walikuwa wamepandwa na mapepo sabini wa kwao. Ghafla, karandinga la polisi waliokuwa doriani lilitokea. Walirusha vitoza machozi hewani umati ukatawanyika. Nilisalia mikononi mwa dola. Nikafurahi na kufarijika.

Nilishikwa nikapelekwa kizuizini. Niliandikisha *statement* kwa *Occurent Business book* almaarafu *OB*. Niliwachorea taswira ya mahali pale na mji huo. Wakaahidi kushughulikia wahusika. Niliona huenda palikuwa na matumaini ya kuwaangamiza wale magaidi. Endapo mkono wa dola ungefanya kazi yake ipasavyo basi jiji na nchi nzima ingekuwa huru kutokana na ugaidi huo.

Nilijiuliza namna walivyoishi katika jumba la kifahari na jinsi walivyotulia pasi wasiwasi wala kimuyemuye. Walitulia tu katika himaya yao. Huenda hakuna polisi yeyote aliyethubutu kufika katika himaya hiyo. Huenda walikuwa katika sayari huru na walikuwa na funguo zote za kuwaweka huru zaidi. Waliishi pasipo kiwewe chochote.

Nilikaa ndani siku mbili kisha babangu akaja kunitoa. Aliwapa polisi shilingi elfu tano za kukaa kule ndani. Alikuwa akilipia gharama ya kula na kulala; pengine hata na ya kwenda haja katika misala yao ya karatasi za plastiki na ndoo zilizowekwa mle ndani. Naam, walilipiza harufu nzuri iliyokuwa humo kizuizini. Harufu iliyosababishwa na marashi ya maji ya rangi yalitoka yakiwa masazo miilini mwa binadamu. Harufu nzuri iliyosababishwa na masazo ya chakula kilichotumika miilini mwa wanadamu na kutolewa kikiwa hakihitajiki tena.

Nilipoenda nyumbani nilimjuvya babangu namna yalivyokuwa. Alisikitika mno. Mama alihuzunika zaidi alipoyasikia kutoka kwangu. Fanisi alihamaki alipoyasikia yaliyotokea. Alitamani kuwa askari ili amtendee kila mmoja haki ila akawa hawezi. Alikuwa amehitimu kwa taaluma nyingine na kupata kazi hivyo isingewezekana. Haikuwa kisheria mtu yeyote kuwa na kazi kuwili kuwili. Hili lilitokea tu kwa wachache nchini wenye nafasi japo ilikuwa kinyume cha sheria. Wao kuwa hata na ofisi tatu, nne ama tano hakukuwa na balaa. Waliamini kuwa walikuwa na uwezo. Ni yakini kuwa walikuwa na uwezo hata zaidi ya katiba yenyewe. Walikuwa juu ya sheria hasa! Kwao sheria ilikata tu mbele mbele walikosukumia. Wao waliokuwa nyuma nyuma walisukumiza msumeno mbele mbele ili kukereza waliokuwa kule. Hawakujali wala kubali! Walijua kuwa wao wenyewe wasingeguswa kwa namna yoyote ile hata iwe vibaya vibaya. Niliamini katika uhuru wangu mara tena na kutumaini kuwa nilikuwa katika njia nzuri ya kuambulia ufanisi aushini mwangu. Si walitaka kuniua wakanikosa? Si walitaka niishi gerezani nikafunguliwa? Waja hawana huruma! Matumaini mema ni kujiamini katika maisha na kuamini utendaji wa Muumba katika kuyaboresha maisha husika!

Sura ya 13

Nilikuwa na mambo mawili yaliyonikabili. Yalinikabili kama madorome wawili waliokuwa tayari kupigana. Sikuwa na uwezo wa kupigana nayo. Ilikuwa nisalimu amri ama nisubiri hatima yangu pasi matumaini.

Suala la kazi lilinitinga kweli. Lilikuwa likining'inia shingoni pangu tayari kunichanja ili nisifaulu kabisa maishani. Sikukubali hali hiyo. Nilizidi kukanyaga lami kusaka kazi namna msasi asakavyo windo lake mwituni. Sikuwazia yaliyotokea hapo awali niliponusurika na kuponea chupu chupu kufa. Bwana Mchumo aliniambia kila mara kuwa mwanamume huishi kwa kujikaza. Hivyo nilishika kauli hiyo na kuishi naye huku nikiwa na matumaini kuwa katika kujikaza ipo siku moja kutakuwa na mafanikio.

Nilitembea kila palipotangazwa kazi huku nikikosa kwa alama moja moja. Hili lilinitumainisha zaidi kuwa ipo siku ningeepuka kosa la alama moja. Wakati mwingine nilikosea nusu alama nikatambua kuwa hali ilikuwa ikiendelea kuwa njema. Wakati mwingine nilikosea mafuta ya kuwapaka wahusika vitangani. Hili lilinitinga na kunisonga sana zaidi ya namna nilivyowazia. Sikuwa tayari kuwazia maisha kwa mkondo huo. Sikukata tamaa!

Hatimaye niliajiriwa na mama mmoja kwenye duka moja pale Kisauni. Alikuwa mama aliyetononoka kiasi. Hakuwa tajiri wala maskini. Alikuwa na mali kiasi cha kumwita mama. Nilikuwa nimeenda kumtembelea rafiki yangu Inama. Huko ndiko kulikokuwa kwao nyumbani. Tulipopiga gumzo kwa muda aliniarifu kuwa kuna mama alikuwa na duka kuu pale ambaye alihitaji mtu ambaye angemfaa katika uhasibu wa duka lake. Alipendekeza nifanye kazi ile kwa kuwa aliamini kuwa sikuwa na masihara katika hisabati. Hata chuoni nilikuwa nikihudhuria baadhi ya mihadhara niliponafasika. Nilikubali japo shingo upande. Nilijua kuwa ningehudumu pale kwa muda mfupi kabla ya kupata kazi yangu ya kudumu.

Nilipewa ofisi ya mhasibu na kuzidishiwa mamlaka mengine baada ya kugundua ushupavu wangu kazini. Vyeti vyangu vilioana na utendaji wangu. Nilihudumu kwa moyo mmoja na roho moja. Niliamini katika utendaji bora wa kazi. Afadhali kufanya kazi kuliko kujikalia bure bilashi!

Mama mtu alinipenda. Alipenda kazi zangu. Aliniruhusu kusimamia duka hilo na wafanyakazi wengine ila nikadinda. Nilihofia namna mambo yalivyokuwa maana sikuwa nimeuzoea mji. Niliamba kuwa nilikuwa nimeridhika na kazi ile aliyokuwa amenipa kuifanya. Niliridhika! Nilifahamu kuwa wakati mwingine tamaa huja ikamwangamiza mja. Naye aliridhika na maelezo yangu japo shingo upande.

Mwaka ulikatika. Tukawa tumezoeana. Alinipa chumba katika makazi yake ambacho niliishi huku akinikata pango ya shilingi mia tano kila mwezi kutoka katika mshahara wangu. Mwaka ulipokatika aliniongezea mshahara kwa kiasi kiduchu ila akadondosha zile hela za kulipia pango. Alisema kuwa kutokana na kazi yangu alikuwa tayari kunilipia. Nilishukuru mno, maana sasa nilipata japo kitu kikubwa cha kukiita mshahara kulingana na hali yangu. Nilifahamu kuwa kwa wengine ulikuwa ni mkia wa mbuzi tu! Naam, mkia wa mbuzi usiofanya kazi yake.

Tulikuwa tukipiga hesabu kila baada ya kazi. Aghalabu wafanyakazi wengine waliondoka na kutuacha tukiwa naye kuhesabu milioni alizomiliki mwajiri wetu. Naam, faida na hasara za siku nzima. Hela zilizopitia mikononi mwangu huku nikiwa sihusiani nazo kwa kuliwa wala kwa harufu.

Baada ya hesabu tuliandamana pamoja kwenda kuweka fedha hizo na nyingine kupiga oda ya bidhaa za kuuzwa siku ya kufuatia. Hatimaye, tuliandamana kwenye gari lake hadi nyumbani kulala. Nyumba zilikuwa pua na mdomo. Nyumba hizo zilisalimiana kwa nyaya za umeme zilizopitizwa kutoka paa moja hadi jingine. Aliposhuka kuingia kwake, nami nilishuka kuelekea chumbani mwangu kulala. Tulikuwa tumekula chajio hivyo haikuwa haja ya kusubiri tena. Tusubiri nini ilhali matumbo yaliridhika?

Mwajiri wangu alikuwa na wana wawili. Naam, mabinti wawili. Wana wa kike wawili. Wote walikuwa nchi za ughaibuni huenda kuchuma elimu ama riziki. Hivyo ndivyo nilivyosimuliwa na mbasi yangu Inama. Alikuwa mama mwenye nafasi maishani hivyo asingeshindwa abadan kuwapeleka wanawe ughaibuni. Nilifahamishwa kuwa walikuwa wamekaa kule kwa muda wa miaka kadhaa. Namna ilivyo, wengi wanapoishi na kuselelea mahali kwa muda huenda wakapafanya mahali walikoishi kuwa makazi ya kudumu. Hudhaniwa kubadili asili yao na kurithi asili ya waja katika ardhi ngeni na kuchukua hulka na nyendo za kule kisha wakajiita wenye mji. Huenda nao walikuwa na mienendo ile. Kwangu mimi sikukisia chochote maana sikuwajua kwa ukucha wala unywele. Kwa muda ambao nilikuwa pale sikuwahi kuwaona. Nilisikia mara kwa mara mama mtu akisema kuwa ameongea na watoto wake runununi!

Kuhusu mumewe, sikufahamu. Nilidadisi kwa kiasi ila nilipoambulia patupu nikajitenga na suala hilo. Nilijua kuwa lilikuwa suala ambalo halikunihusu ndewe wala sikio. Kulijua na kukosa kulijua hakukunizidishia wala kunipunguzia chochote. Aliishi pekee katika jumba hilo la fahari. Jumba lililojisimamia kwa umakinifu na utuvu kama shangingi la mheshimiwa mbunge fulani ama gavana ama seneta huko Kenya. Kama asingekuwa kijakazi aliyehudumu pale mchana na mie niliyelala karibu na kasri hilo, basi ua huo ungekuwa daima katika ukiwa na upweke wa zaidi ya mavani.

Siku hiyo nilikuwa na shughuli nyingi kutwa. Baada ya kuhitimisha kila lililokuwa la kawaida mchana huo niliingia katika ofisi ya uhasibu. Mwajiri wangu alikuwa amelimatia kidogo. Dakika tano zilihesabika, kisha kumi na kumi na tano. Hatimaye aliwasili baada ya dakika ishirini hivi. Aliingia ofisini asteaste na kuja kitini nilipokuwa. Alikuwa amechangamka mno. Sijui ni nini kilichomchangamsha hasa! Furaha huletwa na azimio jema. Furaha huletwa na ufanisi. Furaha huandamana na mambo mazuri daima.

Tulifanya kazi kwa pamoja ila nikawazia namna alivyokuwa tofauti. Alikuwa tofauti kimavazi! Alikuwa tofauti alivyozungumza nami! Alikuwa tofauti akijieleza na kujiwasilisha kwangu! Alikuwa tofauti kwa kila kitu. Niliwazia shairi alilonikariria Bahati siku moja. Lilisema hivi;

Ujumbe huwi kinywani, tazama hata mavazi,
Siambe eti sineni, kujipa kwako azizi,
Ulimi siutamani, matendo yakiwa wazi,
Usome haya mwendani, moyoni mwako l'azizi.

Nilipo nipe shauri, yakini moyo utambe,
Niimbe na kukariri, mahaba yako niambe,
Matendo yangu fikiri, maisha yangu yapambe,
Mwenzio siwi mahiri, usipokuja tutambe.

Niliona kuwa palikuwa na jambo fulani ambalo alikuwa akiashiria. Mambo mengine yanapotokea ni vizuri kujiuliza japo ufahamu yanayotarajiwa. Sikuwa na amani moyoni. Mawazo yangu yalifanya kazi huku nikiwazia hayo yote ili kuyabaini yalikuwa na baa ama ahueni gani kwangu na kwake mwajiri wangu. Moyo ulinirindima kwa mirindimo ya woga na kimuyemuye kama paa aliyenaswa na msasi kwenye utandabui wa buibui.

Tulipokamilisha alinisihi tuondoke. Tulifunga vifurushi kadhaa vya hela kisha tukaondoka kuelekea kulikohifadhiwa hela zenyewe. Niliwaza namna ambavyo huenda siku moja tungepigwa kabari na vijana wa mjini. Niliwaza namna ambavyo huenda siku moja tungefanyiwa njama fiche ya kutuadhibu.

Huko tulihudumiwa chapu chapu. Hawakusita kutuhudumia maana walifahamu kuwa huyu alikuwa mteja aliyeiletea kampuni tija. Tulichukua dakika chache kisha tukaondoka.

Shangingi lilijikokota kama mama mjamzito aliyekuwa akienda chalioni kujifungua. Magari yalikuwa yamebanana pua kwa makalio. Yalitembea pole pole kama konokono. Yalitembea pole pole kama kobe. Hapa palihitaji madereva waliofuzu ili kuudhibiti mwendo na kila shtukizo ili pasiwe na ajali. Madereva waliohitimu hasa! Madereva wenye ujuzi si vyeti tu! Niliutamani mwendo na kuona kuwa maisha yangekuwa shwari endapo kila mmoja angeishi kwa mwendo wa kobe namna yalivyokuwa magari yale kwenye msafara ule.

Tulifika makazini saa nne za usiku. Tayari tulikuwa tumekula chajio ila mwajiri wangu akaniomba japo niingie kwake chumbani. Nilikuwa sijawahi kuingia kule kwa muda ambao nilikuwa nimeishi pale. Ningepata wapi nafasi wala muda wa kuingia endapo tulishinda kazini na kwenda kule kulala tu? Sikuona uhusiano wangu na kasri lile.

Memsahibu alikuwa amenunua kijio tayari. Chakula ambacho tulikibeba kulia ama garini au nyumbani. Wenzangu waliita *take away*. Huenda kwa sababu kilichukuliwa pasi kuliwa pale ambapo kilinunuliwa. Tulikuwa tumekulia garini tukisafiri. Naamini kuwa wakati uliokuwa umesalia ulikuwa wa kupumzika na kupumzisha akili zetu hadi siku nyingine.

"Twende chumbani ningependa kuzungumza nawe," aliniomba mwajiri wangu.

Sikuwa na la kusema ila kukubali wito. Walisema eti mtu hakatai wito ila hukataa aitiwalo. Nalo likataliwalo hutegemea endapo lafaa ama halifai. Aghalabu huwa lisilofaa hata chembe. Endapo lafaa huwa halikataliwi bali kutiwa msisitizo ili kutimilika. Nilikubali kauli nikashikamana.

Tulivua viatu mlangoni. Tukaingia huku tukikanyaga kwenye zulia laini na lenye arufu nzuri kama zilivyo arufu za simba ama farasi. Chumba kama hiki huwa ni nadra sana wanaume kuingia hivi hivi. Sababu hutokea miguuni hasa! Viatu hukana ama soksi kushika viatu visivuliwe hata chembe.

Alinikaribisha kwenye kochi moja ambalo niliketi na kuzama ndani. Nilizama ndani ni kana kwamba nimekalia mto wa uzito wa inchi kadhaa. Makochi chumbani yalikuwa ya kutoka Uingereza. Chumbani mlikuwa na mapambo anuwai kutoka Marekani. Ukutani kulikuwa na vitambaa ghali ghali huenda vilivyonunuliwa Ufaransa. Ndani mlikuwa na muziki mwororo uliokuwa ukitokea katika kila kona ya nyumba hiyo. Nyumba ilimwekamweka kwa mimweko ya kila aina. Kulikuwa na rangi mbali mbali za kupendeza. Sikufahamu endapo aliacha vile alipoondoka ama ni yule banati kijakazi ndiye aliyefungulia na kuipamba vile. Nilibaki kinywa wazi!

"Karibu! Hujawahi ingia hapa tangu uje huku!" Alisema baada ya kurejea kutoka huenda katika chumba chake cha kulala ama cha kuvalia. Nilisema cha kuvalia kwa kuwa alikuwa amesalia na shimizi tu niliyoiona kwa mbali kupitia mimweko ya umeme na mwangaza wa runinga kubwa aliyokuwa ameiwasha awali.

"Asante sana!" Nilijikuta nimejibu huku nikijivuta kochini ni kana kwamba nilikuwa nimekaa vibaya namna wafanyavyo na wasemavyo wana wa kike wakiwaona wana wa kiume. Eti walikaa vibaya ama vizuri! Vibaya kwa namna ya kufungua duka na hakuna wanunuzi! Vizuri kwa namna ya kufunga duka kuonyesha heshima na nidhamu aliyokuwa nayo katika jamii.

"Napenda sana namna ufanyavyo kazi," alianza mazungumzo.

"Naam, nashukuru," nilikubali kauli.

"Nakutegemea sana na nahitaji uichukue kazi hii kama yako," aliendeleza.

"Nashukuru sana kwa kuniamini vile. Nami nitawajibika namna unavyotarajia ilmuradi nisikuaibishe," nilijitia katika mkataba nisiouelewa vyema.

"Nashukuru sana kuukubali mwaliko wangu na hata maneno yangu yote," alizungumza huku akitabasamu katika mimweko ya umeme.

Tulizungumza hadi saa sita hivi za usiku. Aliniarifu namna walivyokosana na mumewe kwa kuwa eti hakumzalia mwana wa kiume. Wakati huo walikuwa maskini hohe hahe. Walikuwa wakiishi kule Kapsabet katika mojawapo ya vitongoji vya mji huo mkuu wa gatuzi la Nandi huko Kenya. Huko ndiko walikochuna majani na kupata kipato kidogo cha kusukuma maisha yao. Walipotononoka kidogo, mumewe alileta kasheshe na kumfurusha eti kwa kuwa hakuwa amemzalia mwanamume. Alichukua mabinti wake na kutorokea kwao Kisumu. Aliangukia bahati ambayo hakuilalia wala kuiamkia. Alipata kibunda cha shilingi milioni moja katika mojawapo ya mashindano pale nchini. Alikimbilia Pwani na kupata kipande kidogo cha ardhi ambacho alikinunua na kusimika misingi yake na kutia bidii za hapa na pale katika biashara. Mtaji wake ulimzalishia na kumpanukia hadi akawa aliko sasa. Wanawe walikuwa werevu shuleni na kupata ufadhili hadi wakavuka mito na bahari na kwenda kusomea ughaibuni. Sasa ni mama mwenye hadhi na nafasi yake katika jamii.

Tulizoeana! Kwenda chumbani kwake siku ile kulikuwa mwanzo wa kupunguza umbali wetu. Alinizoea kwa namna ambavyo nilishangaa sana. Aghalabu akawa haniogopi wala kuniheshimu kwa namna ambavyo ilifaa kuwa kwa mwajiri kwa mwajiriwa wake. Mara nilipokuwa chumbani mwake hakuogopa chochote. Alianza kunichukulia visivyo ama huenda ni mimi niliwaza vile.

Naikumbuka siku moja. Siku hiyo ilikuwa na shughuli nyingine nyingi mno. Memsahibu alikuja kazini mapema. Alihitaji tufunge kazi mapema. Sikujua sababu. Sidhani kama kulikuwa na yeyote aliyefahamu wala kuelewa sababu husika. Aliingia ofisini na kuomba tufanye uhasibu kisha tuondoke kama ilivyokuwa desturi yake. Tuliondoka!

Baada ya kuhitimisha tuliingia garini na kuondoka asteaste. Hakununua chakula cha *take away* kama jinsi alivyozoea. Alinunua viungo vya kupikia na kusema kuwa alikuwa tayari kwenda kupika kijio chetu. Nilishangaa! Nilishangaa namna ambavyo alikuwa amebadili mambo. Nilishangaa kwa hali yake ambayo ilikuwa imebadilika ghafla vile. Alikuwa na ari na moyo wa kutenda jambo fulani. Sikujua lilikuwa jambo gani hasa!

Tulipofika nyumbani alinikaribisha kwake chumbani. Alienda akanifungulia skrini yake. Alikuwa ameniwekea filamu ya hayati Steven Kanumba almaarufu *Dangerous Desire*. Nilizipenda sana filamu za yule bwana kwa namna alivyoigiza kwa kutumia Kiswahili kizuri. Ni dhahiri kuwa alikotoka ndiko kulikochangia lugha yake kuwa bora zaidi. Nilizihusudu mno filamu hizo.

Alijishughulisha na baada ya muda mfupi alikuwa ameandaa mezani chakula cha kihalua. Kilikuwa kiliwa cha kumdondosha mtu yeyote mate almuradi alikuwa na hisia za kula. Sikuwa nimewahi kuandikiwa chakula kama hicho mezani. Nilifurahi moyoni!

Aliondoka akaenda kukoga. Baada ya kukoga alirejea chumbani akiwa amejifunga taulo. Alisimama mbele yangu akajifuta maji usoni na mwili mzima kisha akatoa chupa kadhaa za mafuta. Mafuta mengine yalikuwa ya miguu, mengine yalikuwa ya mikono, mengine yalikuwa ya usoni, mengine yalikuwa ya nywele, mengine yalikuwa ya…!

Alijipaka kwa kufululiza huku akiangusha taulo mara kadhaa. Sijui endapo ilikuwa ni makusudi ama haikuwa hiari yake. Nilichanganyikiwa ila nikakazia macho yangu kwenye kiwaa cha runinga. Macho ni nuru ya mwili! Yanaweza yakakufaa ama yakakutumbukiza katika lindi la taabu na shida.

"Unaonaje maisha yako?" Swali lilíniangukia ghafla.

"Vipi?" nilidakia kwa swali.

"Mtazamo wako wa maisha uko vipi?" aliniuliza.

"Kuishi tu! Wajua maisha lazima tuyaishi!" nilidakia.

"Mbali na kuishi si lazima uwe na mwelekeo fulani? Si lazima uwe na mkondo unaoufuata?" alinifafanulia.

"Nimehitimisha masomo! Hivyo nasubiri niajiriwe!" niliamba kwa makini.

"Si tayari una kazi sahibu?" alilonga huku akitabasamu.

"Mmm! Sawa!" nilidakia.

"Najua unahitaji kazi za serikali. Ni sawa ila naona ni vyema ukuze hii ili upate pato huenda litakalokuridhisha!" Memsahibu aliamba.

"Mmm! Sawa, ila hii ni kazi ya mwenyewe jamani!" niliamba pasipo kuogopa.

"Natamani uwe mwenyewe kama jinsi nilivyo mimi," alinieleza huku akionyesha furaha ya moyoni kupitia kwenye kinywa chake.

"Hapo nadhani ni kuuma jongoo kwa meno!" nilimweleza.

"Hapana neno! Tuyaache hayo. Naomba kuuliza!" Aliniomba huku akija nilipokuwa.

"Uliza tu!" nilikaulisha.

"Maisha yako ya kifamilia yakoje?" aliuza.

"Mmmm! Swali gumu hilo hasa usipojua mwelekeo wake!" nilisema bila woga.

"Hehehe! Ndoa hivi…!" alisema huku akicheka.

"Sijawahi kuwazia hilo!" nilidakiza.

"Ni vyema kwa maana mimi ndiye nimekupa wazo hilo. Hivyo utaniwazia kwa namna nyingine". alilonga kwa mazingatio.

Wakati huu wote tulikuwa tumekaribiana kwenye kochi moja. Sijui alijitembeza vipi hadi nilikokuwa. Alikuwa katika taulo aliyotoka nayo hamamuni. Kifuani alijisetiri tu kwa kitambaa kilichomtoka kila mara. Watoto wake walikubali kila wakati kuchungulia nje huku wakiwa na ari ya kumwona aliyezungumza endapo alikuwa baba yao. Alikazana kuwapigia kelele na kuwarudisha huku akiwaeleza kuwa warudi wakalale. Nilizidi kushangaa ndani ya kiza kiza na mwanga hafifu hafifu wa umeme uliokuwa pale ukumbini.

Memsahibu alikuwa amekomea mlango. Aliniarifu kuwa hakuwa radhi kuniacha niende chumbani mwangu kulala. Alisema kuwa moyo wake ulikuwa umehiari kukaa nami usiku huo. Aliniarifu kuwa alikuwa na mpango wa kukaa pamoja nami na kuishi nami. Niliwaza na kuwazua namna ambavyo ningeepuka mtego huo. Alikuwa tayari amevua nguo zake na kujitanda tu taulo aliyokuwa akitoka nayo kule bafuni. Siku zangu arubaini zilikuwa zimetimia. Niliwaza na kuwazua! Nilifikiri na kufikiria! Nikakumbuka kuwa;

Usambe ewe mmanyi, ukiwa katika kundi,
Subira iwe mfanyi, moyoni makundikundi,
Ukiwa ni mkusanyi, ulimio uwe fundi,
Hiari siyo lazima, ni mja ndiye mpenda.

Nilikariri shairi hilo kimoyomoyo huku nikiwaza namna ya kujinasua kwenye mtego huo. Nilifahamu kuwa nilikuwa katika lindi la baa na balaa. Nilikuwa mtegoni hasa!

"Naomba unisamehe kwa hilo *boss*! Sidhani kama nitaweza hayo!" Nililalamika huku nikichanganya ndimi kidogo huenda ndipo nieleweke.

"Usiwe na wasiwasi! Huenda ni magumu kwako kama jinsi yalivyo kwangu ila tujikaze tu maana si dhambi na si kosa. Sisi hatuna! Mbona yasiwezekane?" alibwabwaja usemi wake.

"Umri unatuwekea mipaka! Familia zinatuwekea mipaka! Zaidi ya yote maadili yanatuwekea mipaka! Tuyaheshimu hayo yote!" Nilisisitiza.

Nilijua kuwa hakuna namna ambavyo angenilazimisha kutenda alivyohitaji. Nilifahamu kuwa hakuna namna ambavyo angenilazimisha kulala kwake. Nilifahamu kuwa hakuna namna ambavyo angenitia guu la lazima katika kulala kitandani pake. Nilijua kuwa nilikuwa na msimamo wangu thabiti hata kama ningepoteza kazi ile. Nilikuwa nimewahi kupitia katika mtego kama huo hivyo sikutatarika sana! Waama anayeumwa na nyoka akiona ung'ongo hushtuka.

"Kama huko tayari kwa kuwa mwenyeji wa mji basi ni bora ukaondoka!" aliniambia kwa mazingatio.

"Sitaweza jamani!" nilisisitiza.

"Bora uondoke sasa hivi. Sioni umuhimu wako humu!" aliniambia huku akisimama na kufunga taulo yake vizuri kiunoni. Aliacha kifua chake kikachezacheza na kunichekea mara ya mwisho.

Niliona kuwa ilikuwa vyema kuondoka. Sikuwa na moyo wa kuuliza hata mshahara wangu. Zilikuwa zimesalia tu siku tano kukamilika kwa mwezi. Niliona ni bora kuondoka kabla ya yeye kubadili maamuzi yake! Huenda angepiga unyende kama nilivyopata baa siku moja nilipokuwa nikitoka kusaka ajira. Huenda angepiga usiahi kuwa alinajisiwa kama jinsi wasaliti wengine wafanyavyo! Huenda angepiga kamsa kuwa alitaka kuingiliwa kama wale wajanja na wajanjuzi walivyonitosa gerezani! Huenda ange...!

Niliondoka haraka chumbani humo nisije nikatiwa doa. Niliienda chumbani mwangu nikatulia na kuwazia cha kufanya. Nilikuwa ni lazima nichukue hatua.

Nilipanga nguo zangu kwenye shanta yangu. Nilijua kuwa akufukuzaye hakuambii toka. Alikuwa ameonyesha dhahiri kuwa alihitaji uhusiano wa kimapenzi, hivyo kukataa kwangu kusingenipa fursa nyingine ya kuishi pale. Hata kama ningeendelea kuishi pale, uhusiano wetu tayari ulikuwa umetiwa doa na kutakasa doa hilo hali ilikuwa ni kukubali usuhuba huo. Binafsi sikuwa tayari kwa hilo. Hivyo nilitaka kuwa msafiri aliyekuwa bandarini kwa wakati huo!

Asubuhi nilirauka mapema zaidi ya kawaida. Nililala kweli? Hapana, sikulala! Nilikesha tu huku nikiwa na hofu ya yale ambayo huenda yangetokea usiku huo. Nilizidiwa mara kwa mara nikahisi kufumba macho na kujilaza kitini. Aghalabu nilizinduka na kuhisi mhemko wa damu na jasho jembamba mwilini mwangu.

Usiku huo nilijikuta nimeota tukiwa na bi mkubwa kule ufuoni pa bahari. Tulikuwa tumeenda kuvinjari wikendi moja baada ya shughuli za juma. Hatukuwa tumekosana! Tulikuwa na furaha mioyoni mwetu. Sijui ilikuwa ni furaha ya mahaba ama ya kufanikiwa kikazi. Namna tulivyokuwa tumevalia ilifanya niwaze kuwa tulikuwa wapenzi wa dhati. Kila mmoja alikuwa na mavazi yake ya kuogelea. Memsahibu katika bikini yake huku nami nikiwa na kaptura yangu iliyonifika mapajani na vesti nyeupe.

Tulishikana mikono na kuimbiana nyimbo za mahaba. Baada ya kuogelea na kuridhishana mitimani, tulienda kujianika juani kama samaki aina ya ng'onda waliovuliwa na kuanikwa na wavuvi. Mchanga ulikuwa na joto joto la kuridhisha na kupumbaza mioyo. Hatimaye tulipomaliza starehe zetu tuliondoka na kwenda kupata chamcha katika hoteli moja ya watalii katika ghorofa iliyojisimamia kama mlinzi wa ufuo wa bahari pale ufukweni.

Vyakula vizuri vizuri vya kipwani vilikuwa vimeandaliwa. Tulipofika meza ilikuwa imeandikwa vyema. Tulikula kwa raha zetu. Naam, kwa raha za hawa wapenzi wawili. Bwana mmoja alitokezea mlangoni akaja tulipokuwa. Naam, pale mezani tulipokuwa tumeketi. Tulikuwa tumeketi peke yetu wawili kwenye meza ya mduara ya glasi. Alichopoa bastola pochini na kumwelekeza memsahibu.

"Huu ndio upuuzi uufanyao!" Sauti nzito ilitetemesha ghorofa.

"Hapana! Nisamehe ba..ba...ba..!" Memsahibu alilonga huku akiwa chini ya meza.

Nilimwangalia alivyokuwa amelalia tumbo lake zito. Nilimwangalia yule bwana mkubwa mwenye miraba minne. Nikasimama ghafla.

Bastola ilifyatuka mlio wa risasi ukaniamsha na kunipitiza kwenye dirisha la vioo. Nilipeperushwa kama karatasi hadi sakafuni. Nilizinduka na kuamka nikajikuta chini ya kitanda changu! Asubuhi hiyo niliondoka na kwenda kumwaga mwajiri wangu. Dalili ya mvua ni mawingu eti! Nilimwomba aniruhusu kwenda nyumbani huku nikifahamu kuwa angenipa mshahara wangu lakini haikuwa vile. Aliniarifu kuwa niende kisha nirudie baadaye!

Niliondoka kwenye nyumba ya mwajiri wangu kurejea kwetu makazini. Nilijua kuwa nilikuwa nimeponea chupu chupu na hivyo huenda ndoto yangu ilikuwa taashira ya yale ambayo yangetokea endapo ningeendelea kukaa pale. Niliamua kwenda kusubiri majibu ya maombi yangu katika taasisi na kampuni mbalimbali. Niliona afadhali nisubiri nikiwa nyumbani. Nilijua kuwa hata kama ingechukua muda ningeajiriwa tu! Kama sivyo basi ningeamua kujiajiri mwenyewe.

Nilichukua hela zangu kiduchu nilizokuwa nimeziweka akiba nikaabiri daladala kwenda nyumbani. Niliona kuwa ni afadhali kutafuta kazi nikiwa karibu na baba kuliko kukaa mbali naye akiwa na imani kuwa nina kazi kumbe walimwengu walitaka kuniweka rumenya. Sikuwa tayari kwa hilo. Nilikuwa ningali na matumaini tele! Nilijua kuwa ipo siku ningeyatimiza malengo na maazimio yangu. Naam, matumaini tumbi tumbi! Matumaini ya kuwa kati ya watu walioajiriwa. Watu wenye angalau mishahara. Watu ambao adinasi angeenda kwao kuwadai wakamwambia kuwa asubiri mwisho wa mwezi. Sikukata tamaa!

Sura ya 14

Bwana Mchumo aliniletea barua. Nakumbuka kuwa nilikuwa nimetuma barua kwenye kampuni kadhaa nikiomba kazi katika kampuni husika. Sikuwa nimekata tamaa hata kidogo. Barua aliyoniletea babangu sikuwa nimeitarajia hata chembe. Ilikuwa barua ya mwaliko wa usaili katika matbaa ya umma ya *Excellent Books Publishers*. Barua hiyo ilisema hivi;

EXCELL BOOK PUBLISHERS,
S.L.P 147,
NAIROBI-KENYA.
Agosti 1, 2019.

MFANISI JUNGU,
S.L.P 132,
USWAHILINI.

RE: KAZI YA UHARIRI
Unaombwa kuhudhuria mahojiano kuhusu kazi uliyokuwa umeiomba awali katika matbaa yetu tarehe 6 Mei mwaka huu. Matbaa inahitaji wahariri wawili katika kitengo cha Kiswahili nawe u miongoni mwa watu hamsini waliotuma maombi ya kusailiwa. Miongoni mwa hamsini hao, ishirini ndio walioteuliwa kuhudhuria mahojiano ya moja kwa moja. Ulibahatika kuwa katika kundi la wale wachache.

Usaili utakuwa siku ya Jumatatu tarehe 5, Agosti kuanzia saa tatu kamili. Unaombwa kuhudhuria kwa wakati pamoja na vyeti vyako kama jinsi ulivyoainisha katika barua na tawasifu yako. Kuchelewa kunahatarisha kupoteza nafasi yako ya kuhojiwa.
Karibu sana!
Wako katibu,
Bwana Sangara.

Niliisoma barua hiyo nikairejelea mara kwa mara. Niliona bahati yangu ikishuka namna ambavyo vimondo hushuka kutoka mbinguni wakati wa usiku. Niliona mwanya wa kupata kazi maishani pasipo kuwapaka wahusika mafuta kwenye viganja vyao. Niliona matumaini yangu yakiangaza katika kiza cha kaniki. Niliona nami nikiishi kama wanadamu wenzangu ambao walizaliwa na kuwa na bahati. Niliona nikiwa kati ya wana waliozaliwa Ijumaa. Hii ndiyo iliyokuwa barua yangu ya kwanza kualikwa kwenye mahojiano ya kikazi. Hii ndiyo ilikuwa barua yangu ya kwanza kuipata kutoka kwenye kampuni yoyote ile. Nilikuwa nimezoea barua za akina Bahati na Pendo. Barua ambazo zilinisukumiza kutenda mambo ambayo hayakuwa moyoni mwangu hata chembe. Nilifurahi mno.

Nilihakikisha kuwa vyeti vyangu vyote vilikuwa sawa. Nilichukua vyeti nilivyopata nikiwa shule za msingi nikaunganisha na vyeti nilivyovipata nikiwa shule za sekondari. Nilichukua vyeti vya chuoni nikavitenga katika jibahasha tofauti. Nikaunganisha na barua niliyowahi kuandikiwa na mwajiri wangu wa duka kuu hapo Kisauni kabla ya yeye kubadili mienendo yake na kuzua zani ya kunitaka kimapenzi. Niliridhika nikafahamu na kutambua kuwa nilikuwa nimefanikiwa.

Siku yenyewe niliamkia kule. Nilikuwa nimesafiri kabla ya siku yenyewe ili kuepuka suala la kuchelewa ambalo huenda lingeniponza na kunikosesha kazi hiyo. Nilisafiri na kulalia kwa Fanisi dadangu mpendwa. Asubuhi nilijihimu kama jinsi Fanisi alivyojihimu kuelekea kazini. Aliandaa staftahi. Tulisebeha kisebeho kwa pamoja kisha tukaondoka huku akiniombea ufanisi wa pekee.

Nilipofika nilikuwa nambari saba kuwasili na tena kuhojiwa. Baadaye nilipewa ukurasa mmoja wenye maneno takriban mia mbili hamsini kuyahariri na kuyahakiki. Nilifahamu kuwa nambari saba ilikuwa ya tumaini na kamilifu maishani. Siku za juma zilikuwa saba. Mungu Muumbi katika uumbi na uumbaji wake alifanya kazi kwa siku sita kisha siku ya saba akapumzika. Hii ni kulingana na nadharia mbali mbali za uumbaji. Niliona nikipumzika pia kwa kutafuta kazi na kuhangaikia maisha.

Tulipomaliza wasaili walitushukuru na kutuarifu kuwa watakaoteuliwa watapigiwa simu kupitia mikondo yao ya mawasiliano waliyokuwa wameandika katika tawasifu zao. Nilisikitika mno! Sikuona haja ya kuondoka ndipo tupigiwe simu kuwa hatukufaulu. Sijui hata endapo simu hupigwa maanake kwingi wasaili hujinyamazia kama maji mtungini na kupuuza ni kana kwamba hakuwa na chochote kilichowahi kutendeka. Kila mmoja husalia na hamsini zake wakasubiri leo kesho pasipo kuona ufanisi wowote.

Siku zilikatika. Juma likaelekea kuisha pasi mrejesho wa simu yoyote. Huenda wengine walikuwa wamepigiwa simu. Huenda wengine walikuwa wameitwa. Siku ya saba ndipo nilipopata arafa na kisha baadaye simu kutoka kwa aliyekuwa katibu bwana Sangara kuwa nilikuwa nimefanikiwa. Alinishukuru kwa ushupavu na weledi wangu kisha akaniomba kuripoti kazi baada ya juma moja. Niliona heri na fanaka katika siku saba saba na juma moja moja namna ilivyohalisi maishani mwangu. Nilifurahi mno.

Baada ya kufanya kazi kwa muda niliona moyo wangu ukinishauri juu ya ukamilifu wa ndoa. Nilihisi upweke na kuona kuwa majukumu yangu yalihitaji mwenzangu ambaye tungefaana na kusaidiana katika maisha. Naam, moyo uliota chemichemi ya mapenzi japo sikujua mapenzi haya yangemwelekea nani.

Nilivuta taswira ya Bahati na Pendo. Nikawachanganua kila mmoja kwa kina. Sikuwa na taarifa za Pendo kabla ya kukutana naye pale Nakuru. Hivyo mtima wangu ulinishawishi kumwambaa kimapenzi na kudumisha urafiki wa dhiki. Nilimfungulia jicho la ndani Bahati ambaye tulikuwa tumeishi kama dada na kaka. Tayari moyo wake ulikuwa umerindima mirindimo ya mahaba kwangu na alikuwa akisubiri tu mimi kusimama na kuanza kukatika. Naam, kukatika ngoma ya huba lake. Niliushauri moyo wangu na kuomba kiuno changu kikubali minenguko yake almuradi nimpendeze na kumfurahisha.

Mwanzo nilimtumia Bahati arafa kuwa nilimhitaji tuongee. Alikubali wito wangu na kupanga safari ya kuja nilikokuwa kazini. Bahati alikuja tukazungumza kwa kina. Nilimjulisha kwa Fanisi alikokuwa akifanya kazi wakazungumza na kuelewana. Waliingiana vizuri nami nikaufurahia mwingiliano wao si kama jinsi walivyokuwa katika mahafali yangu ambapo hawakuongea kwa kina. Nilifurahi sana kwa kufuma azimio langu.

Bahati alipoondoka aliniahidi kwenda kuzungumza na wazazi wake. Aliona ni vyema awashawishi ili nao wawe na baraka kwa binti yao. Nami niliazimia moyoni kwenda kumjuvya babangu na mamangu. Niliona heri ya kuwafahamisha na ufanisi uliondamana na maneno yao. Nilitumahi kuwa wasingepinga nia yangu hata chembe. Niliimba moyoni na kukariri nudhumu hii;

Heri nalo tumaini, hujia mwenye imani,
Azimio la moyoni, likawa wazi dunyani,
Subira ya mtimani, hatimaye dhahirini,
Subira huvuta heri, Bahati menipa hili!

Novemba tulipanga ujumbe uliozuru kwa akina Bahati. Ujumbe wetu ulienda kujiwasilisha na kuzungumzia suala la sagai na hatimaye harusi. Maombi yetu yalikubaliwa na kuidhinishwa na wazee wetu. Tulifurahi na kukubali hali ilivyokuwa ikijiendesha.

Siku mbili baada ya ujumbe wetu kwa akina Bahati, Pendo alinizuru nikiwa kazini. Nilishtuka sana. Hakuwa anajua nilikokuwa nikifanya kazi. Hakuwa anajua habari za kutaka kuoa kwangu. Hivyo sijui namna alivyojua habari hizi. Huenda ni Salama alimjuvya! Huenda ni Fanisi dadangu alimjuvya! Huenda ni Makusudi alimjuza! Ahaa! Sifahamu mimi. Nililojua ni kwamba alifika kwangu huku mito ya machozi ikimchiriza ovyo ovyo mashavuni.

Alikuja jioni hiyo hadi chumbani nilikokuwa nikiishi.

"Mfanisi umenifanyia nini?" Alianza pasipo salamu huku machozi yakimtoka njia mbili mbili.

"Kwa nini jamani?" niliuliza kwa kimako.

"Mimi si mwanamke?" Swali la pili liliniadhibu masikioni.

"Kwa nini jamani?" nilirejelea swali langu.

"Nimekusubiri muda huu wote...kisha....!" alidodosadodosa.

"Kwa nini? Keti kwanza utulie ndiposa tuzungumze," nilimsihi.

"Tuzungumze nini wakati posa umepeleka tayari! Tuzungumze nini wakati mipango ipo tayari! *Surely*!" alibwabwaja.

"Mmmmm! Pendo nakupenda. Keti utulie nikupe uhalisia wa mambo kisha tuone namna tutakavyofanya," niliamba kwa umakinifu mkubwa.

"Hehe! Usiponioa najiua papa hapa kwako!" Pendo alilonga kwa sauti.

Moyo wangu uliruka mpigo mmoja. Niliposikia mauti basi damu ikaniganda. Pendo awezaje kujiua? Awezaje kujitoa uhai tena kwangu ilhali mimi nina mipango ya harusi yangu? Hapana! Hili haliwezekani hata chembe.

"Pendo, huwezi ukajitoa uhai wakati ambapo nipo. Nakujali sana," nililonga.

"Ungenijali usingeendea yule Bahati wako!" Alitia msisitizo ili huenda nijue kuwa alifahamu kila kitu.

"Mmm! Bahati ni...ni...sijui niseme nini....!"

"Sema tu ila mimi siondoki huku. Labda niondoke nikiwa maiti. Lau sivyo, tuwe wawili katika mji mmoja!" Pendo alisisitiza huku akiendelea kulia kwa kite.

Pendo alikatalia chumbani mwangu. Nikawaza namna tulivyokuwa kwa Makusudi siku moja. Kumbe mambo hurejea. Alinikazia macho na kuniambia kuwa asingeondoka pale. Nilivuta saburi. Nikaomba Mola anipe hekima ya kulishughulikia suala hilo. Nilifahamu kuwa kumshawishi hadi akubali uamuzi wangu haikuwa rahisi vile. Tulikesha tukizungumza!

Usiku huo ulikuwa mrefu kwangu. Sikupata hata lepe la usingizi. Nilizungumza naye. Nilimbembeleza sana ili aafikiane nami. Nilimfahamisha habari za Bahati tangu tulipokuwa chekechea. Nikamweleza namna tulivyosoma naye huku uhusiano wetu ukitiliwa mbolea na hayati mamangu. Nilipoingia mji wa Nakuru tayari nilikuwa na uhusiano japo kwa mbali na Bahati. Tulipojuana na kufahamiana na Pendo tayari Bahati alikuwapo. Uamuzi wangu juu yake ndio uliokuwa ukitembelea mbali.

"Mbona hukunijulisha mapema?" Swali lake liliniadhibu masikio yangu.

"Wakati huo moyo wangu ulikuwa mbali sana na masuala ya mahaba!" Nilimfahamisha.

"Halafu ikawaje?" alizidi kunihoji kama askari.

"Ni majuzi tu moyo umeyaotesha mahaba!" nilimsisitizia.

"Ukayaotesheа kwa Bahati! Hukumwona Pendo? Ama uliona hakufai?" alifululiza maswali.

"Sijui niseme nini? Naomba unielewe tu Pendo!" nilimsihi.

"Nikuelewe kwa maamuzi gani? Nikuelewe kwa kunipuuza mimi? Mimi mpenzi wako wa dhati? Niliyekupenda kwa dhati na moyo wangu wote? Mfanisi, sikuelewi hadi sasa! Huenda ulinipima ukaona sifai kuitwa mkeo! Huenda sina kile ambacho Bahati anacho! Huenda sina kile kinachowafanya wengine kuitwa wake! Sijielewi sasa hivi! Sikuelewi sasa hivi! Sawa tu! Nakutakia ndoa njema. Ufahamu kuwa umenipa kidonda moyoni ambacho hakitawahi kupona. Sitaolewa kamwe usiponioa!" Alihitimisha hotuba yake ndefu kisha machozi yakaanza kumtoka kama maji milimani.

Nilifarijika moyoni kuwa wazo la kujiua lilikuwa limebadilika na kuwa jingine ambalo lilikuwa nafuu kidogo. Nilijua kuwa kutoolewa kwake kungebadilishwa siku moja baada ya kumpata mchumba atakayemfariji na kumwepushia mawazo juu yangu daima. Machozi ya usiku yalikuwa yamepungua mara ilipotimia asubuhi. Japokuwa alilia, hakuwa namna alivyokuwa usiku kucha. Nilishawishika kutoenda kulala kwa rafiki yangu na kumwachia nyumba usiku huo nikifahamu kuwa kwa ghadhabu aliyokuwa nayo angejidhuru nami niwe katika balaa ya jinai. Hili lilisababisha nikeshe naye huku nikimnasihi na kumtumainisha kuwa tulikuwa tungali tukiishi duniani na tulihitajiana.

Hatimaye aliniruhusu kuoa ila akatoa tahadhari kuwa alizidi kusubiri uamuzi wangu. Alikuwa radhi awe mke wa pili almuradi awe nami kama mume. Nilifahamu mtimani mwangu kuwa alikuwa ni sawa na kutafuta maji ya kunywa kutoka mwambani. Alikuwa ni sawa na kukama fahali akitarajia maziwa. Nilifahamu kuwa isingewezekana maishani mwangu. Sikuwa nimewahi kuwazia hilo wala halijawahi kuwa karibu na moyo wangu. Alisema kuwa asingehudhuria harusi husika ila nikamwomba ahudhurie kuonyesha upendo wake kwangu na Bahati. Nilimjuvya kuwa tungezidi kuwasiliana nami nisingemwacha hata siku moja kama rafiki wa dhati na wa moyoni.

Baada ya Pendo kunitia kitanzini, niliamua kwenda kumjuvya babangu na mamangu juu ya uamuzi wangu ili anipe ruhusa ya kupanga sherehe ya harusi. Awali nilikuwa nimeongea naye mara kadhaa juu ya suala husika. Hakuwa na tatizo wala pingamizi lolote. Alikuwa ameniruhusu kutafuta mke ili nimwoe. Naam, alisema mke hasa!

"Tafuta mke mwanangu. Tafuta mke anayekupenda si unayempenda wewe!" Aliniarifu siku moja.

"Kwa nini anayenipenda nami nisiyempenda?" nilitaka kujua.

"Mmm! Utaishi duniani ujue mengi mwanangu! Si wanawake wote ni wake. Wengine huchuma tu mali kwa wanaume na kujiendea zao. Chunguza mambo mwanangu!" alisisitiza babangu.

"Enhe!" Niliitika huku nikipepesa macho yangu.

“Mke anayekupenda atafanya kila juhudi kukudhibiti na kukufurahisha. Hiyo ndiyo hatua ya kujenga uhusiano mwema ndoani!” baba aliongezea.

“Nafikiri itakuwa zaidi kwa ninayempenda!” Nilichangia kwa uchanga wangu.

“Itakuwa hivyo endapo ni kuwili kuwili. Mke unayempenda atakupa vidonda vya moyo na msongo bure bilashi!” Alitilia mkazo ujumbe wake.

Moyoni niliona kuwa Bahati alinipenda. Alinipenda kwa kuwa alikuwa amevumilia maishani na kunisubiri katika hali zote. Alikuwa huenda amepitia majaribio ya hapa na pale ila akawa anasubiri kuwa mimi ndiye niliyemfaa. Niliamua kumpenda pia kwa dhati ili kutimiza kauli ya baba ya mapenzi ya kuwili kuwili. Nilifarijika mno. Nikawa na matumaini ya ndoa idumuyo daima.

Babangu Emmanuel Mchumo na mamangu walikubali wito wangu. Waliidhinisha nimwoe Bahati awe mke wangu hasa baada ya kuniuliza maswali kadhaa juu ya uhusiano wetu. Walifurahi eti nilikuwa nikiwaletea binti ambaye angewafaa namna alivyokuwa Fanisi dadangu. Wakati huu Fanisi alikuwa akiishi na mchumba wake kule Ngong jijini Nairobi. Ijapo walikuwa hawajaoana rasmi, alikuwa amempeleka nyumbani mara kadhaa na yeye mwenyewe kuwatembelea waavyaa wake mara kadha wa kadha kule kwao Mosoriot katika gatuzi la Nandi. Wazazi waliona manufaa ya kuwa na wana wa jinsia zote. Ijapo halikuwa la maana, kwao waliona kuwa huyo wa kike akiondoka hurejeshwa kwa njia nyingine wana wa kiume wanapooa. Nilijifunza hilo na kuvuta taswira namna memsahibu wangu alivyonisimulia kuwa alitalikiana na mumewe juu ya suala la wana wa kiume. Nilishangaa zaidi!

Jioni hiyo nikiwa nyumbani. Baba alinisimulia mengi zaidi. Mama hakuwapo. Aliniambia kuwa alikuwa na vipande kadhaa vya ardhi katika miji kadhaa katika nchi ya Kenya. Alikuwa na kipande cha ardhi pale Lamu mjini nchini Kenya. Alikuwa na kipande kingine cha ardhi kule Kitale karibu na mahali palipoitwa Diwani nchini Kenya. Kipande cha mwisho ni kile ambacho walikuwa wakiishi na mamangu wa kambo pale Kisumu ndogo mjini Eldoret. Kipande walichokuwa wakiishi na hayati bibi yangu kabla ya kuelekea kisiwani.

Alinitolea vyeti vyote na kuniambia kuwa alikuwa akinipa ili nivihifadhi. Aliniambia kuwa alikuwa amechuma mali ya kutosha wanawe. Hakuwa radhi ila kunipa jukumu hilo la kumlinda mama na dadangu. Nilifahamu kuwa hakuitwa Mchumo pasipo na sababu. Kumbe alikuwa ametuchumia kwa kiwango fulani. Kiwango kilichokuwa heri na cha kuridhisha. Sijui kwa nini aligeuza mazungumzo yangu na kuyafanya kuwa ya urathi. Sikujua! Nilikuwa nimekuja kupangia shughuli za harusi ila yakawa yote mawili; harusi na urathi wa baba kwa mwanawe.

Tulipomaliza masuala ya vipande vya ardhi, baba alifurahi kisha akanieleza kuwa aliamua niwe na sherehe yenyewe Desemba 12. Nilishindwa kwa nini aliiharakisha vile. Alisema kuwa hakutaka ivuke hadi mwaka mwingine. Hakutaka kuyaweka mambo kiporo. Alitaka amalize masuala yote ndani ya mwaka kwa nafasi aliyokuwa nayo. Nilikubaliana naye. Sikuwa na jingine ila kuukubali uamuzi wake. Kauli ya mzazi huridhisha hasa inapokuwa inaelekea mkondo wa ombi la mwana ama mwelekeo chanya wa maisha.

Idhini ya ndoa kutoka kwa wazee wangu ilinichochea katika uwajibikaji wa maisha. Niliweka hela kichele ambazo ningeunganisha pamoja na za babangu na marafiki zangu ili kuunda akiba akali ya kufanikisha sherehe hiyo. Baba alikuwa amenihini muda mzuri wa maandalizi. Kwake alisema kuwa binadamu siku zote husukumwa na hali katika dakika za mwisho katika shughuli zozote ziwazo zile. Hivyo hakuona cha mno kuahirisha na kuipa sherehe yenyewe muda mrefu. Muda mrefu kwake ulifaa kwa utafiti wa kisayansi ila si kwa uchumba.

Muda ulichanika nayo siku ikawa imekaribia namna miezi ya kujifungua malaika hasa akiwa wa kwanza katika jamii inavyosubiriwa. Naam, mwanambee namna wasemavyo wengi hata wakaimba kuwa;

Mwana wa mbele bhayaye,
Mwana wa mbele,
Bhayaye,
Mwana wa mbele wasikhwela.

Mwana wa mbele wa mani,
Mwana wa mbele,
Wa mani,
Mwana wa mbele wasikhwela.

Fwara ingubho ne wakula,
Mwana wa mbele,
Bhayaye,
Mwana wa mbele,
Mwana wa mbele wasikhwela.

Wimbo huu uliimbiwa watoto wa kwanza katika jamii. Jamii nyingi zilifurahia mwana kifungua mimba katika aila zao. Jamii nyingi zilifurahia utendekaji wa jambo la kwanza katika familia hasa jambo hili likiwa la kihistoria na lenye kuleta utukufu. Naam, mambo ya kwanza aghalabu yaliashiria wema na matumaini hasa katika siku zijazo na kila jambo litendekalo katika aila husika. Yalikuwa matumaini ya leo na kesho.

Mazingira ya kwetu yalipambwa kwa mapambo aina aina. Hapo ni usiku wa kuamkia siku ya hafla yenyewe. Mama alikuwa na wenzake wakiandaa mema ya mkaza mwanawe. Baba alikuwa na wenzake wakiandaa mazuri ya dume lake.

Fanisi na Salama walikuwa wamejumuika nasi pamoja na wachumba wao. Waliona ni heri kufurahia karamu ya ndugu na kaka yao wa pekee. Waliona karamu kama hii hutokea kwa nadra sana hivyo haikuwa laiki yao kukosa. Huenda ilikuwa ya pekee kwake Fanisi kutoka kwa kakaye maana hakuwa na mwingine.

Marafiki zangu wote walikuwapo. Hakuna aliyekuwa amethubutu kuwazia kukosa karamu ya aina hii. Hasa kwa wendani wa mioyo tuliokuwa pamoja miaka mingi iliyopita ya maisha yetu. Walinitia moyo nikaona kuwa walikuwa wakinipenda na kunijali mno. Nilijiona kuwa mtu wa watu!

Pendo naye hakukosa namna ambavyo alikuwa amekiri awali. Alikuwa amefika na kuwasili. Mwanzo nilishtuka na kuona kuwa huenda akatia dosari karamu husika. Nilinyong'onyea!

Alitembea kila nilipokuwa. Huenda alitaka nafasi ya kuongea nami! Huenda alikuwa na suala jingine fiche! Sikuelewa mimi.

Alijitia upambe wa ghafla na kuwa katika kundi la *best maids* wasemavyo wenye harusi wenyewe. Moyo ulinipapa ila nikawa na matumaini.

Nilijiuliza maswali mengi ambayo sikuwa na majibu ila Pendo mwenyewe ambaye hivi sasa sikupata fursa ya kusema naye kuufahamu mwelekeo wake. Kama amekuja kukatiza harusi hii tutafanya nini? Bahati atasemaje?

Nilimwomba Jalali amjalie awe amekuja kutuombea baraka za ndoa. Nilimwomba Karima amkirimie neema na upendo ndani ya moyo wake ili abadili nia yake ya awali na kuifanya karamu kuwa njema. Nilimwomba Mkawini amgawie amani na ujasiri wa kuyakubali mambo yalivyokuwa katika uhalisia wake ilmuradi atoke katika ndoto alizokuwa akiota.

Wakati wenyewe ulikuwa murua. Nilishtuka Pendo aliporatibishiwa kuzungumza. Aliposimama moyo wangu ulikuwa umesafiri ila kwa mbali nilisikia maneno yake ya nasaha kwangu na kwa Bahati mchumba wangu.

"Mfanisi tumetoka mbali naye. Ni mtu wa watu hasa. Napenda kujiwasilisha kwake na namna anavyoyachukulia maisha. Binafsi nimejifunza mengi kwake. Huenda kama siwe Bahati ni mimi ningekuwa hapo ulipoketi," alichukua hanchifu na kufuta machozi.

Nilishtuka mara tena nikaona mkondo aliouelekea haukuwa mwema. Nilijivuta nikaketi vyema. Nilitarajia bomu lake kulipuliwa ghafla.

"Moyo wangu ulimpenda," aliendelea, "kiasi kwamba nilitaka ama kujisumu ama kujitia kitanzi baada ya kusikia kuwa alikuwa akioa Bahati. Niliamua kumtafuta kazini nikiwa na nia ya kumuua na kujiua mimi. Ghafuri anighofirie dhambi zangu. Alininasihi nami nikabadili nia niliyokuwa nayo. Nimesimama hapa kuwapa ukweli huu na kumjuvya mwenzangu Bahati kuwa kweli kabahatika kama jinsi lilivyo jina lake lenyewe. Kwa Mfanisi namwombea Rabana awe na ndoa njema na aila nzuri itakayokuwa kifani mwaka huu na miaka ijayo." Alihitimisha na kuanza kukariri shairi hili;

Penzi haliwi mgomba, popote kujiotea,
Moyoni huja kutamba, matendo kuyapepea,
Yeyote asijigamba, kidhani eti ajua,
Maozi sije kufumba, subiri na kuombea.

Subiri na kuombea, Jalali amjalie,
Mtimani kutokea, yalo mema amfae,
Karima ndiye mpea, riziki zote zijae,
Mahaba yalotimia, Manani ndiye mfae.

Alipohitimisha niliona faraja ya moyo. Nikashukuru Mola kwa yote hayo niliyoyasikia. Nilifahamu kweli alikuwa amebadilika mno. Alikuwa Pendo mpya na pendo lake likawa la dhati na la kunitakia mema maishani. Nilipiga magoti moyoni na kumwombea ufanisi kwake Mterehemezi. Nilifurahi ghaya!

Siku za fungate yangu zilihitimikia majonzi. Tulikuwa tumeenda na Bahati kule Kisumu nchini Kenya. Wenyeji walisema kuwa pahali pale paliitwa *Impala Park*. Naam, nilipafahamu kwa jina hilo zuri la mnyama mmoja katika mapori ya Kenya.

Tulikuwa tumekaa Kisumu siku tatu kisha nikapokea arafa kutoka kwa mama nyumbani. Arafa yenyewe haikuwa nzuri. Iliniarifu kuwa baba alikuwa amepata ajali jijini Mombasa akisafiri kutoka kazini akielekea nyumbani. Hali yake haikuwa ya maji wala chakula. Tulisitisha fungate yetu vivyo hivyo! Hilo lilikuwa suala la dharura na hivyo lilihitaji kuwajibikiwa.

Tuliondoka usiku huo Kisumu kuelekea Mombasa. Furaha yangu na Bahati ilikuwa imetiwa doa na Ibilisi wa ajali. Japo tulinuna nyoyoni hatukuonyesha kwa mashavu. Tulisadifu methali kuwa muungwana hanuni mashavu ila hununa moyoni.

Tulifika jijini Mombasa asubuhi. Tulichukua teksi na kuelekea moja kwa moja hadi nyumbani. Nyumbani hakukuwa na yeyote hivyo nilimpigia mama simu akanielekeza kuwa walikuwa katika hospitali ya rufaa jijini. Tuliondoka moja kwa moja.

Tulipofika kule; mama, Fanisi na Salama walikuwa wameketi nje ya hospitali huku wakiwa wamehuzunika mno. Tuliarifiwa kuwa baba alikuwa katika chumba cha sadaruki. Niliomba kuingia ndani ila daktari akaniambia kuwa haikuwezekana hadi baada ya muda wa saa moja. Tulisubiri kwa kuwa pasipo na budi hubidi huku machozi yakitulengalenga kila mmoja. Kwa kuwa nilikuwa mwanamume wa pekee miongoni mwa wanawake watatu, ilibidi niume meno. Naam, nilifunzwa na hayati mamangu kuuma meno! Nilifunzwa na baba kuuma meno! Hivyo ulikuwa ni wajibu wangu nikiwa mwanamume.

Saa moja ilipokatika, tuliruhusiwa na daktari kuingia ndani ili kumwona. Baba alikuwa amebaki maiti! Naam, alikuwa maiti hasa! Alifumbua macho kwa mbali kisha akaanza kuongea ni kana kwamba alikuwa ndotoni.

"Mfanisi mwanangu, linda hawa!" Alisema maneno hayo ya mwisho kisha akanyamaza jii kama maji mtungini.

Nilitulia usoni na kutoa machozi ya uchungu moyoni. Nilijua kuwa alikuwa amesafiri kwenda kujumuika na mamangu mzazi Ahera. Sikumwambia yeyote. Nilijua kuwa hospitalini kungejaa kilio. Waima kilio huanza mfiwa ndipo na wa mbali wakaja.

Nilimtazama babangu alivyolala. Nikakumbuka hayati mamangu katika siku zake za mwisho za uhai wake. Nilisikitika! Nilimshukuru Karima kunikirimia neema ya kuwajua wazazi wangu wote licha ya kuitwa awali kuwa mwanasesere wa mama. Ilikuwa safari ya mabonde na milima! Mama alikuwa amesafiri! Baba naye alikuwa amesafiri!

Niliangalia vyeti vyote alivyonipa kabla ya karamu ya harusi yangu. Niliukumbuka wasia alionipa siku chache kabla ya kufunga pingu za maisha! Nilijitumainisha nikajua kuwa huenda yalikuwa maandalizi ya siku ile.

Daktari alikuja akamkagua mgonjwa wetu kisha akatuomba tutoke nje. Nilikuwa na habari moyoni ila namna ya kuwasilisha kwa mamangu, Fanisi na Salama ndilo lililokuwa tatizo kuu. Tulitii amri ya daktari! Tulitoka nje huku kila mmoja akiwa amefunikwa machoni kwa pazia kubwa la simanzi. Hakuna aliyemwona mwenziwe. Huenda wenzangu walikuwa na matumaini ya babangu mzazi kupona! Nami nilikuwa na matumaini kuwa daktari angefika kuwasilisha ujumbe wa mauti yake. Naam, sote tulikuwa katika safari ya matumaini.

***

Tangu visa hivi kutokea mambo mengi yamebadilika. Naam, yamebadilika sana! Jamii mbali mbali zimekuwa kwa mtazamo chanya katika maisha yao. Holele na Veronika wana wana wanne. Wawili wa kiume na wawili wa kike. Wote wanaishi kule Mwanza na kila mmoja anajisabilia kazini pake ili kuchumia wana wao wasije wakateseka namna watesekavyo wana wa kileo kwa kupuuzwa na wazazi wao wa kileo. Wanaamini kuwa mchumia juani hulia kivulini. Wao hutembea Kenya aghalabu kutujulia hali kwani uhusiano uliopo hauruhusu kupezana kwa namna ilivyo kwa wengine. Wanajituma katika maisha wakiwa familia na aila ya kupigiwa mifano.

Sambaza na Banati nao wana wana sita. Ni aila nzuri na yenye matumaini hasa baada ya Sambaza kubadili nyendo zake. Azimio la

Sambaza kuwa na wana wawili wa kike na wawili wa kiume liliponzwa na kutiwa doa kwa namna ambavyo alikuwa na ari ya kutafuta wavulana pekee huku akiambulia mabinti. Alifululiza wana watano wa kike hadi hatimaye alipofanikiwa na kupata mvulana akiwa nambari sita. Aliazimia kufungia mchezo wake wa kitandani pale na kusitisha kumpeleka mkewe uchaloni kwa hiyo ikawa idadi ya wana sita. Kwao idadi hiyo ilikuwa kubwa ukilinganisha na mapato yao yaliyokuwa kichele. Hayakumudu matakwa yao ya kimsingi seuze mengineyo ya kujistarehesha? Kilichonifurahisha ni kuwa walikuwa wakiishi kwa amani na matumaini makubwa.

Wazazi wao Sambaza na Holele hawapo. Katika hayati yao walijikakamua kuwafaa wana wao japo wapate cha kuwafaidi katika maisha yao. Sambaza aliishi Kenya akafurahia Kenya akasoma Kenya akaoa Kenya akawa Mkenya halisi. Holele alisambaa hadi Tanzania akaishi Tanzania akaoa Mkenya akawa Mtanzania kwa kuishi na Mkenya kwa kuzaliwa. Si katiba yao nchini Kenya iliruhusu uraia kuwili kuwili? Wenyewe walisema eti *dual citizenship.* Wana wenye usuli mmoja walioamua kila mmoja kushika njia yake na kwenda zake. Damu ilikuwa moja japo nyendo tofauti!

Makusudi na Sudi waliishi vyema katika mji wao. Walikuwa wameafadhalisha hali zao baada ya kuongezaongeza masomo yao vyuoni. Walikuwa wamehitimu mara kadhaa katika vyuo anuwai. Walikuwa na vyeti kadhaa katika taaluma tofauti tofauti. Si usonzi si ushoni si elektroniki si...! Walifahamu kazi mbali mbali. Hivyo kazi haikuwapiga chenga licha ya sabuni za utakaso kabla ya ajira kuwa nchini kwa wingi. Elimu iliwasawazisha na wengine na kuwafanya kula ama kukaa katika meza moja na wakuu. Si walisema eti elimu ni ufunguo wa maisha? Naam, ufunguo mmoja unaofungua makufuli kadhaa. Kufuli la maisha yao lilipokuwa limefungwa na hata jingine kutaka kuongezwa, walitafuta funguo haraka na kulifungua kufuli la awali kabla ya la pili kuongezwa mlangoni. Sasa milango ilikuwa wazi kwao. Naam, wazi kabisa kwa kila walilolihitaji.

Salama naye alikuwa ameng'anga'na kazini na kupandishwa vidato kadhaa vya mamlaka katika kazi yake. Alikuwa anasimamia hoteli husika. Hii ni kutokana na kiwango chake cha elimu na huduma alizokuwa nazo pale. Alichapa kazi kwa moyo mmoja tu. Alihudumu kwa bidii na kujitolea. Alikuwa amepata mume aliyekuwa akinuka pesa. Alikuwa akifanya kwenye pesa hasa. Alikuwa akifanya ndani ya pesa. Waliingiana wakafunga pingu za maisha. Wakaamua kuishi pamoja na sasa wana wana watatu. Wana wana wawili wa kike na mmoja wa kiume. Huenda waliridhika na idadi hiyo ya wana. Huenda hawakuridhika na idadi hiyo. Nilichofahamu ni kuwa wasomi hawakuhitaji kuwa na familia pana na idadi kubwa ya wana. Sijui hasa ni nani aliyeanzisha falsafa hiyo. Sijui ni nani aliyetoa ushauri na nasaha hiyo kisha ikakumbatiwa kwa mikono miwili na wasomi hao na kuachia uwanja wasioenda shuleni kusoma.

Kwangu niliona kuwa muda ndio uliokuwa mchango mkubwa. Waliosoma kiasi hupata muda mkubwa katika ndoa. Wao huoa mapema na kuanza kupata wana mapema ukilinganisha na wasomi. Wao huzaa wana hadi wakaisha katika vizazi vyao ukilinganisha na wasomi ambao hudhibiti uzazi wao! Wasomi wengine hufa pasipo watoto huku wenye elimu ya chini wakiwa na wana hata idadi ya korija. Ndio ulimwengu na malimwengu hasa! Ndiyo maisha na dunia ya sasa eti!

Wazazi wa Makusudi na Salama hawakuwapo wote. Baba yao alikuwa amejiendea zake mahali walikoenda mamangu na babangu. Mama alikuwa angali katika umri mzuri wa kuchungwa na kulelewa na wanawe. Hawakukata tamaa kumfaa mama yao. Walipenda aiishi miaka kadhaa na kuwajua wajukuu, vitukuu, vilembwe na vilembwekeza wake. Waliishi kwa matumaini makubwa katika maisha yao na ya mama yao.

Karamu yangu ya pingu za maisha ilimzindua Pendo. Baada ya miaka kadhaa alikubali msukumo wa maisha na umri wake akapata mchumba aliyempenda na kumhusudu. Naamini alimpenda na kumhusudu ndipo akaolewa kwake. Hatimaye walitia mkataba wa maisha na kuamua kuishi pamoja kuwa mke na mume. Tulihudhuria harusi yao ili kuwatia moyo namna ambavyo Pendo alihudhuria yetu. Tulifurahi pamoja nao. Sasa Pendo ana mtoto mmoja ambaye amemwita kwa jina Mfanisi. Naam, amekuwa Mfanisi *Juniour.* Nami Mfanisi *Seniour.*

Huenda alimpa mwanawe jina Mfanisi ili kunikumbuka daima! Huenda alimpa jina hilo ili iwe kumbukumbu ya pekee aushini mwake kila alipokosa kuniona! Niliona heri na shari ni kwake endapo jina lingemfaa kwa namna alivyonikosa katika maazimio ya moyo wake.

Maisha yamebadilika sana. Jumla ni kuwa yamembadilikia kila mmoja. Yamebadilika kwa mwelekeo chanya ama hasi! Almuradi ni kuwa maisha yamebadilika. Kila mmoja anayaona kwa namna nyingine akilinganisha na maisha ya awali. Aidha amefaidika katika mabadiliko ama hajafaidika katika mabadiliko husika.

Mkewe hayati mjombangu Bi. Msisimo naye alibadilika kabisa. Hakuachwa nyuma katika mfumo wa mabadiliko hayo. Awali alikuwa na umbo la mkonge ila sasa alikuwa ni karimu na mfadhili mwema. Aliishi Nakuru huku akiwafadhili wana wakiwa. Aliona kuwa wema hulipwa wema. Akaamua kutenda mema daima. Alichukua wana wakiwa na kuanza kuwakirimu matakwa yao. Aliamua kujenga shule ya wana wakiwa. Akawa amesikika sana kwa kutenda mema. Hivi sasa serikali inamtumia katika shughuli za kuwalinda wana wakiwa na kuwahamasisha wazazi walio na wana walemavu juu ya umuhimu wao katika jamii.

Sheria za nchi zilibadilika kwa namna ambavyo katiba mpya ilipitizwa. Ilikuwa imepigiwa kura na wananchi na kupasishwa na Rais wa taifa. Mafisadi walikamatwa na kutiwa mbaroni. Kila Ijumaa vyombo vya habari vilitangaza kukamatwa kwa mbunge fulani, mwafulani gavana, seneta fulani ama mwakilishi wa wanawake fulani; almuradi habari za kukamatwa kwa samaki wakubwa wa majini zilienea tu kote kote. Habari zilichacha na kuenea mara kwa mara hadi chupa za mafuta ya viganjani zikaadimika. Wakati mwingine ama gavana ama seneta ama mbunge alishikwa na mkewe na kutiwa mbaroni.

Baada ya mazishi na maziko ya baba, nilitembea kutafuta uhalisia wa vyeti alivyokuwa ameniachia. Nilitembelea vipande vyote vya ardhi na kuhakikisha kuwa vilikuwako. Niliviunganisha vyote mahali pamoja. Nilijua kuwa kuwapo mbali mbali kulikuwa na madhara yake. Niliviuza kisha nikanunua ploti ambayo nimejenga na sasa Bahati na mamangu wa kambo wanafaidi uhondo. Bahati ana milango yake mitano anayopewa pango kila mwisho wa mwezi. Mama ana milango yake saba anayofaidi uhondo wa mumewe. Kila mwisho wa mwezi hutembea kule ili kupewa halali yake. Wakati mwingine yeye hutuma tu wajukuu wake nao humfanyia atakavyo. Nimemwajiri msimamizi wa vyumba hivyo. Hivyo, yeye husimamia na kuhakikisha kuwa kila chumba kinalipiwa kwa wakati na kinakaa katika hali nzuri inayowavutia wapangaji.

Ninapoendelea kuhitimisha mswada huu, namsikiliza jimbi akiwika. Naitazama saa yangu ukutani. Saa inanihurumia na kuniambia kuwa sina nguvu za kutembea. Sijaihudumia kwa muda. Narejelea kwenye kiwiko changu. Akrabu zinacheza kwa starehe zao. Akrabu ndogo inagongagonga kwa nambari tatu. Akrabu ndefu inaelekea kwa nambari sita. Akrabu ya sekunde inacheza kwa furaha kutoka nambari kumi kuelekea nambari kumi na moja. Ninajiambia moyoni kuwa ni saa tisa na nusu na sekunde hamsini kuelekea hamsini na tano. Ninafahamu kuwa nimelimatia mno kulala.

Nipo nyumbani sasa. Nipo na Bahati mke wangu. Nipo katika makazi yangu ya nyumbani. Naishi na mke wangu kwa furaha. Kila mmoja anafanya kazi alikoajiriwa. Mke wangu aliwazia kuacha kazi ili kuja kuchunga mji. Nilimshauri kuwa hapana maana na haja ya kuacha kazi ila ni kujizatiti kufanya shughuli zote. Nimemwajiri kijakazi anayetuchungia makazi na kumlea mamangu. Naukumbuka sana wasia wa baba na maneno yake ya mwisho ya 'linda hawa'. Hawa kwa maana ya waliokuwako wote. Mama alikuwapo. Fanisi alikuwapo. Salama alikuwapo. Nami nilikuwapo. Naam, hawa! Huenda Bahati angekuwapo pia ingekuwa bora zaidi maana kumbe alikuwa katika kundi la hawa. Niliwazia namna ambavyo katika Biblia Adamu aliumbiwa Hawa! Nami nikajiona kuwa Adamu ambaye ameumbiwa Hawa na hayati babangu Emmanuel Mchumo! Niliridhikia wajibu wa kuwalinda na kuwatunza!.

Tangu kufunga pingu za maisha, moyo wa Bahati ulitulia akajihisi kuwa amefika alikotarajia. Alijihisi kama malkia katika kasri la mfalme mumewe. Nami nilihisi ubora wa kuwa na mke na sasa nafahamu kuwa mke ni mwendani, mshauri na msaidizi wa mume. Mume huyo ndiye mimi ambaye ni mfalme katika kasri langu mahususi.

Nimefanikiwa na wana watatu. Wawili wa kiume na mmoja wa kike ambaye huenda ni mziwanda wangu. Ninawalea kwa utuvu na tuo pamoja na mke wangu Bahati. Naamini ni aila nzuri yenye wingi wa matumaini na mafanikio hatimaye. Mwanambee ni mmoja kati ya waasisi wa mtaala mpya nchini Kenya. Naamini kuwa hicho ndicho kizazi kitakachofaa taifa kwa namna tuwazavyo kwa mwelekeo wa serikali ya Kenya.

Nahisi mkono mwepesi na laini ukinigusa begani. Nageuza shingo yangu na kukutana na Bahati ana kwa ana. Ananiangalia kwa macho yaliyoiva. Naam, huenda ni macho yaliyoiva usingizi! Huenda ni macho yaliyoiva mahaba! Namna nimwonavyo amevalia gagro. Ninatabasamu huku moyo wangu ukirukaruka kwa bashasha.

"Kwani hujamaliza muhibu?" ananiuliza.

"Namalizia habiba wangu!" nilimweleza.

"Njoo twende tulale!" Alisema huku akiyavuta maneno yake.

"Sawa mpenzi!" nilimjibu kwa staha.

"Hujui kuwa kuna baridi shadidi jamani?" Mwenzangu alilalamika.

"Najua laazizi wangu ila si wajua kuwa mswada huu wahitajika leo?" Nilimkata kalima.

Alinishika mkono na kuniinua asteaste. Niliinuka kochini nilipoketi kwa msaada wake. Nilizima kiwambo cha tarakilishi yangu na kuzima vibonyezi vya umeme.

Bahati alifungua vifungo vya shati langu akanivuta kwake akanivua pole pole. Alinivua vesti na kunivuta kuelekea katika chumba cha kulala. Tulipofika mlangoni alisita kidogo kisha akaulegeza mkanda wangu kiunoni. Aliunyosha mkono wake na kuzima umeme kutoka kwenye kibonyezi ukutani. Tulisalia katika giza totoro mle chumbani. Mlango wa kwenda malazini ulinipotea. Sote tulikuwa na matumaini. Naam, matumaini ya kupumzika na kulala; kisha tuamkie shughuli za asubuhi. Nilijiamini daima! Nilimwamini abadi! Matumaini yangu hayakuwa yameishia hapo. Maadam nilikuwa ningali naishi basi nilikuwa na matumaini chungu nzima. Naam, safari ya matumaini!

Faharasa

Aila	Watu wanaohusiana kwa damu, ahali ama familia.
Aula	Bora zaidi, afadhali zaidi, aali
Auni	Saidia mtu kutoka katika shida fulani, aviza, Aushi: Maisha
Asisi	Weka msingi; anzisha kitu.
Abjadi	Orodha ya herufi za Kiswahili; alfabeti za Kiswahili; abtathi.
Angema	Vunjika moyo; kufa moyo; kata tamaa.
Andisi	Fikiri sana.
Azma	Nia, lengo au dhamira.
Akali	Idadi ndogo, chache sana, katiti.
Adimu	Shida kupatikana; Isiyo rahisi kupatikana.
Ashiki	Penda sana mtu ama kitu.
	Tamaa ya kutaka kufanya mapenzi,nyege, hawaa, hanjamu
Avya	Haribu mimba kabla haijakomaa.
Asteaste	Kwa taratibu, polepole
Ahueni	Nafuu aipatayo mgonjwa baada ya kuugua.
Buriani	Maagano ya muda mrefu.
Bunga	Mtu asiyeelewa mambo.
Buda	Mwanamume mzee sana.
	Kibogoyo
	Ndovu asiye na pembe.
Chauchau	Hongo,kadhongo,mlungula, kiinuamgongo, rushwa, kiinikizo,chai, chichiri, chirimiri.
Chajio	Chakula cha jioni, kilalio.
Chilumbo	Mjadala, mdahalo, mabishano, malumbano, kongamano.
Chonda	Huzuni, sikitiko, majonzi.
Chuma	Aina ya madini.
	Mtu shujaa.
	Silaha hasa bastola.
	Toa maua au matunda mtini.

	Fanya kazi kwa faida fulani maishani.
Chupa	Sehemu katika tumbo la mwanamke ambamo mtoto hukua.
	Ruka kutoka juu mpaka chini au kutoka kwa tawi hadi jingine.
	Kuwa mfupi k.v nguo.
	Chombo cha kutilia vitu viowevu.
Dachia	Mnyama jike hasa ng'ombe awezaye kuzaa, mtamba
Darahima	Pesa, dirhamu, fedha, ndarama, fulusi, ngwenje, njenje.
Damisi	Mtu mwenye tabia ya kuchekacheka na watu
Datama	Jikunyata.
Faragha	Mahali pa siri, chemba
Faladi	Imba
Fuska	Tabia mbaya hasa za uasherati.
Fulusi	Samaki anayefanana na nguru.
	Fedha; pesa; hela; ndarama
Furusha	Ondoa mtu au mnyama mahali fulani kwa nguvu.
Gura	Ondoka unakoishi kwenda kwingine, hama, hajiri.
Guna	Toa sauti kuonyesha kuchukia ama kukataa kitu; kuonyesha kushangaa au kutoridhika na jambo.
Guma	Toa sauti ya ndani kwa ndani.
Ghafuri	Jina la mwenyezi Mungu kuonesha sifa za kusamehe dhambi.
Ghofiri	Samehe dhambi.
Gurufa	Mahali njia inapopinda.
Hamali	Mtu anayefanya kazi ya kubeba mizigo, mchukuzi, mpagazi.
Harimu	Mwanamke; mke.
Hadimu	Mtu anayemtumikia mwingine.
Harani	Mtaani, kitongojini.
Huntha	Mtu au mnyama wa jinsia zote. Aliye na viungo vyote; cha kike na cha kiume.
Husuni	Gereza ;Jela
Huluku	Leta duniani; umba
Huba	Mapenzi

Hulu	Kosa kwa muda mrefu kitu au mtu fulani; faiti.
Husudu	Onea kijicho.
	Penda mno.
Ithibati	Kinachodhihirisha ukweli wa dai fulani.
Insi	Binadamu; mwanadamu.
Joho	Vazi aina ya koti refu linalofika miguuni.
Jisimu	Maumbile; umbo la mtu linavyoonekana.
Kibago	Kibao cha kukalia; stuli.
Kuli	Sema
	Mtu anayefanya kazi ya kupakia na kupakua shehena za meli bandarini.
Kanji	Uji.
Kipaumbele	Mambo muhimu na ya kwanza kutendwa.
Kichele	Kiasi kidogo.
Kikojozi	Mtu mwenye tabia ya kukojoa kitandani hasa mtoto mchanga.
Kishuka	Chakula cha mchana, chamcha.
Kimuyemuye	Wasiwasi; kibuhuti.
Kidari	Kifua; sadiri.
Kidinya	Kidogo; haba
Koga	Oga.
Kuwadia	Tongozea mtu mwanamke au mwanaume, gawadia.
Kinamasi	Kitu kinachonata k.v mafuta.
	Mahali penye tope na maji maji mengi ya ardhini.
	Aibu, haya, soni, izara, fedheha.
Kondo	Muda wa mwanamke kupumzika baada ya kuzaa.
	Fuko alimokaa mtoto katika chupa.
	Vita
	Afya bora; siha
Kadamnasi	Mbele ya hadhara ama watu.
Kisaka	Mtu mfupi zaidi.
Kurubia	Songea karibu.
Kadhia	Mambo
Kichwangoma	Kuanguka kichwa chini miguu juu, kitantwariki.
Limatia	Chelewa, tahira.

Launi	Rangi
Lodi	Mtu mwenye fedha; tajiri.
Lawiti	Ingilia mwanamke nyuma kwa ajili ya kufanya mapenzi kwa kumlazimisha.
Mgunda	Shamba
Muawana	Msaada.
Mfaruku	Mwanamke aliyefiwa na mumewe, kizuka.
Mahuluku	Binadamu, mwanadamu, adinasi
Muhibu	Mpenzi
Mlalahoi	Fukara; mtu asiye na chochote cha kutegemea maishani.
Mlalaheri	Mtu ambaye ameweza kujikidhia matakwa ya kimsingi pekee.
Mlalahai	Tajiri aliye na kila kitu cha kukidhi haja za maisha yake.
Mvuli	Mvulana
Matilaba	Mahitaji; matakwa.
Muwele	Mgonjwa.
Manzili	Mahali anapoishi mtu; makazi; mastakimu.
Mudiriani	Wilayani
Mhasibu	Mtu anayeweka hesabu ya pesa.
Miteni	Mia mbili.
Masa	Makosa.
Midadi	Wino.
Majacha	Nyufa au mipasuko katika nyayo za miguu ya binadamu.
Mshonde	Mtu mwenye uhasama na mwingine; mpasi; hasimu.
Mnuna	Ndugu mdogo
Mafutu	Hasira;hamaki; ghaidhi; ghamidha
	Upande usiokata wa kitu.
Mhavile	Mume wa shangazi.
Msobemsobe	Bila mpango; ovyoovyo
Mamantilie	Hadimu anayeuza kahawa rejareja.
Matlai	Mashariki
Mmweko	Mwangaza wa ghafla
Mandari	Matembezi ya starehe.
Mziwanda	Mtoto wa mwisho katika familia.
Nasaba	Uhusiano wa kikazi baina ya watu; ukoo

Nyonda	Mapenzi; mahaba
Nina	Mama
Nui	Namna; aina
Nyondenyonde	Maradhi yasiyopona haraka.
Njenje	Pesa; hela; ndarama
Nyoko	Mama
Nduli	Adui asiye na huruma
Ngwenje	Pesa; hela; darahima; njenje
Ombwe	Uwazi katika kitu kilichotolewa hewa.
Pululu	Jangwa.
Pepesuka	Enda kama mlevi; sepetuka.
Rijali	Mwanamume
Rasimu	Andika
Ruya	Ndoto; njozi; ruiya
Rauka	Amka mapema; jihimu;damka; jilawa.
Shurutisha	Lazimisha.
Sambasamba	Shughuli zisizo za maana.
Shoga	Rafiki mwenza wa kike.
Sakini	Ishi pahali
Soa	Chukua mwanamke kwa makubaliano pasipo ndoa.
Shamiri	Enea na kupata kasi
	Pachika kitu
Shakiri	Tosheka; ridhika na kitu hasa baada ya kula.
Saruni	Vazi la kike aina ya sketi.
Shangingi	Gari la fahari.
	Msichana mrembo.
Sagai	Sherehe ya kupeleka posa kwa akina msichana kabla ya sherehe kuu ya harusi.
Sepetuka	Enda kama mlevi.
Thakilika	Pata dhiki au shida.
Tunu	Nadra kupatikana.
	zawadi.
Tanzia	Kifo; mauti
Tamauka	Kufa moyo; Ishiwa matumaini.
Tawasifu	Sifa za mtu jinsi ameandika mwenyewe.

Tengemaa	Kuwa itakiwavyo.
Topasi	Mtu anayenadhifisha vyoo; chura.
Tabawali	Kojoa; enda haja ndogo.
Togwa	Pombe isiyolevya.
Tahira	Chelewa; limatia
Teuka	Toa pumzi kupitia kinywani kwa sababu ya kula kupita kiwango.
Tekenya	Aina ya mdudu, funza
Tariki	Njia
Utangamano	Umoja
Utwea	Upweke
Uki	Asali
Ujapongo	Hali ya kutamani kula; kuwa na hamu ya kula.
Ulamaa	Bingwa wa jambo; stadi
Uchanjaa	Uwanja
Ufurufuru	Upandwaji wa hasira.
	Hali ya kutokuweko mwangaza.
Uwele	Ugonjwa.
Usodai	Ufadhili; ujeuri
Uluwa	Taadhima; hadhi
Ugimbi	Pombe
Ugoni	Kosa la kufumaniwa na mke au mume wa mwenyewe
Usenge	Tendo la wanaume kuishi pamoja kama mke na mume
Ukosi	Mkunjo ulio kwenye sehemu ya shingo ya nguo
Vimbimbi	Vinywele vilivyofumba kwa ajili ya mwili kupata baridi
Vokali	Irabu *(a e i o u)*
Vimbiwa	Kula zaidi hadi mja akashindwa kupumua vizuri.
Viza	Uharibikaji wa yai baada ya kutamiwa kwa muda.
Wanguwangu	Haraka haraka.
Waposi	Watu waliotumwa kupeleka posa kwa akina mchumba
Wadau	Wanaoongoza; washikadau
Yakini	Ukweli; wazi
Zingizi	Maumivu yanayompata mwanamke siku za mwezi au baada ya kujifungua.
Zuge	Mtu asiyetumia akili vizuri; zuzu; mbumbumbu.

www.ingramcontent.com/pod-product-compliance
Ingram Content Group UK Ltd.
Pitfield, Milton Keynes, MK11 3LW, UK
UKHW020706041026
15590UKWH00002B/498

9 789987 081806